മൂർദ്ധാവിൽ കൊത്തുന്ന പ്രാവുകൾ

എം മുകുന്ദന്റെ രചനാലോകം

കഥ • സംഭാഷണം • പഠനം

Moordhavil kothunna pravukal
M Mukundante Rachanalokam
Kadha • Sambhashanam • Padanam
Stories/Study

Dr. K B Selvamony

CHINTHA PUBLISHERS
Thiruvananthapuram

First Edition
October 2022

Published
Chintha Publishers, Thiruvananthapuram

Typesetting
Star Communication, Thiruvananthapuram

Printed at
Akshara Offset, Thiruvananthapuram

Cover Design
Vinod Mangoes

ISBN - 978-93-94753-41-9

CO - 3192 / 6216

Email: chinthapublishers@gmail.com
Website: www.chinthapublishers.com

A version is available at National Libraries
Kolkata, Mumbai, Chennai and Delhi

Distribution
DESHABHIMANI BOOKHOUSE
H O Thiruvananthapuram 695035

Branch
Head Office Kunnukuzhi • Statue Thiruvananthapuram
KSRTC Bus Terminal Thampanoor • Saphalyam Complex Thiruvananthapuram
KSRTC Bus Station Alappuzha • KSRTC Bus Station Ernakulam
Machingal Lane Thrissur • IG Road Kozhikode
Mavoor Road Kozhikode • NGO Union Building Kannur
Central Bus Terminal Complex Thavakkara Kannur

മൂർദ്ധാവിൽ കൊത്തുന്ന പ്രാവുകൾ

എം മുകുന്ദന്റെ രചനാലോകം

കഥ • സംഭാഷണം • പഠനം

എം മുകുന്ദൻ
ഡോ. കെ ബി ശെൽവമണി

ചിന്ത പബ്ലിഷേഴ്സ്
തിരുവനന്തപുരം-695 035

എം മുകുന്ദൻ

കേരളത്തിലെ ഫ്രഞ്ച് അധീന പ്രദേശമായിരുന്ന, പോണ്ടിച്ചേരിയുടെ ഭാഗമായുള്ള മയ്യഴിയിൽ 1942 സെപ്തംബർ 10 ന് ജനിച്ചു. തന്റെ ആദ്യ സാഹിത്യ സൃഷ്ടിയായ ചെറുകഥ 1961 ൽ പ്രസിദ്ധീകരിക്കപ്പെട്ടു. പിന്നീട് മുകുന്ദൻ ധാരാളം നോവലുകളും ചെറുകഥകളും എഴുതി. ഫ്രഞ്ച് എംബസിയിലെ ഉദ്യോഗത്തിന്റെ ഭാഗമായി മുകുന്ദന്റെ ജീവിതം പില്ക്കാലത്ത് ഡൽഹിയിലേക്കു പറിച്ചു നടപ്പെട്ടു. ഡൽഹി ജീവിതവും മുകുന്ദന്റെ തൂലികയിൽ സാഹിത്യ സൃഷ്ടികളായി.
മയ്യഴിപ്പുഴയുടെ തീരങ്ങളിൽ, ദൈവത്തിന്റെ വികൃതികൾ, ആവിലായിലെ സൂര്യോദയം, ഡൽഹി, ഹരിദ്വാറിൽ മണിമുഴങ്ങുന്നു, ആകാശത്തിനു ചുവട്ടിൽ, ആദിത്യനും രാധയും മറ്റുചിലരും, ഒരു ദളിത് യുവതിയുടെ കദന കഥ, കുട നന്നാക്കുന്ന ചോയി, പുലയപ്പാട്ട്, നൃത്തം ചെയ്യുന്ന കുടകൾ, വീട്, നദിയും തോണിയും, വേശ്യകളേ നിങ്ങൾക്കൊരമ്പലം, അഞ്ചര വയസ്സുള്ള കുട്ടി, ഹൃദയവതിയായ ഒരു പെൺകുട്ടി, കണ്ണാടിയുടെ കാഴ്ച, മുകുന്ദന്റെ കഥകൾ, റഷ്യ, മുണ്ഡനം ചെയ്യപ്പെട്ട ജീവിതം, നഗരവും സ്ത്രീയും, ഓട്ടോറിക്ഷക്കാരന്റെ ഭാര്യ ഉൾപ്പെടെ നിരവധി കൃതികൾ രചിച്ചു. കേരളസാഹിത്യഅക്കാദമി, കേന്ദ്രസാഹിത്യ അക്കാദമി പുരസ്കാരങ്ങൾ, വയലാർ പുരസ്കാരം, എഴുത്തച്ഛൻ പുരസ്കാരം ഉൾപ്പെടെ അനവധി പുരസ്കാരങ്ങൾ നേടി.

ഡോ. കെ ബി ശെൽവമണി

ശ്രീ ശങ്കരാചാര്യ സംസ്കൃത സർവ്വകലാശാലയിൽ മലയാള വിഭാഗത്തിൽ അസോസിയേറ്റ് പ്രൊഫസർ. *ഒ എൻ വി പഠനം സംഭാഷണം ഓർമ്മ* (എഡി), *കവർസ്റ്റോറി* (എഡി), *ആനന്ദ് – പഠനം സംഭാഷണം ജീവിതം* (എഡി), *എബ്രഹാം മാത്യു – എന്റെ പ്രിയ കഥകൾ* (എഡി), ബി മുരളി – *എന്റെ പ്രിയകഥകൾ* (എഡി), *നിരന്തരം* (എഡി), *അനന്തരം* (എഡി, *ടൈംസ് ഓഫ് മീഡിയ, പ്രതിസ്വരം – പുതുകവിതാ പഠനങ്ങൾ ടി പത്മനാഭൻ– പഠനം, സംഭാഷണം, ജീവിതം* തുടങ്ങിയവ കൃതികൾ. ഡോക്യുമെന്ററി സംവിധായകൻ. 2016 ലെ മയ്യനാട്ട എം ജോൺ സ്മാരക സാഹിത്യ പുരസ്കാരം, ടൈംസ് ഓഫ് മീഡിയ എന്ന കൃതിക്ക് ലഭിച്ചു. *മെമ്മറീസ് ഓഫ് ട്രാൻസ്, ദി ഗ്രേറ്റ് സൈലൻസ്* എന്നീ ഡോക്യുമെന്ററികൾ 2018–2019 വർഷങ്ങളിൽ അന്താരാഷ്ട്ര ഡോക്യുമെന്ററി ഫെസ്റ്റിവലിലേക്ക് തെരഞ്ഞെടുത്തു.
ഫോൺ: 9496711836
Email: selvamonykb@yahoo.com

ഉള്ളടക്കം

പ്രസാധകക്കുറിപ്പ്

മലയാള നോവൽ ചെറുകഥാ മണ്ഡലത്തിൽ നവീന മായൊരു ഭാവുകത്വത്തെ സൃഷ്ടിച്ചെടുത്ത പ്രതിഭയാണ് എം മുകുന്ദൻ. അസാധാരണവും അമ്പരപ്പിക്കുന്നതുമായ പ്രമേയ ആഖ്യാനങ്ങളിലൂടെ മലയാള ഭാവനയെ അടിമുടി മാറ്റിമറിക്കുവാൻ മുകുന്ദനു കഴിഞ്ഞു. മാറുന്ന കാലത്തി ന്റെ മാറുന്ന ഭാവുകത്വങ്ങളെ തന്റെ രചനാ ലോകത്ത് സൃഷ്ടിച്ച് സജീവമായി നില്ക്കുവാൻ അദ്ദേഹത്തിനു കഴിഞ്ഞു. ഇരുണ്ട കാലത്തിന്റെ ഗതിവേഗങ്ങളെ അത്രമേൽ സൂക്ഷ് മതയോടുകൂടി ആവിഷ്കരിച്ച മുകുന്ദന്റെ രചനകൾ കേരളത്തിന്റെ സാംസ്കാരിക ചരിത്രത്തിന്റെ ഭാഗമാണ്. മലയാളിയുടെ വായനാലോകത്തെ പ്രലോഭിപ്പിക്കുന്ന മുകു ന്ദന്റെ ഏറ്റവും പുതിയ കഥയും അഭിമുഖവും അതോ ടൊപ്പം എം മുകുന്ദന്റെ കൃതികളെക്കുറിച്ച് ഡോ. കെ ബി ശെൽവമണി നടത്തിയ പഠനങ്ങളും ഉൾപ്പെടുന്ന സവി ശേഷമായൊരു പഠനഗ്രന്ഥമാണിത്. വായനാ ലോകത്തിന് ഇത് സ്വീകാര്യമാകും എന്ന വിശ്വാസത്തോടെ.

ചിന്ത പബ്ലിഷേഴ്സ്

ഒന്ന്

കഥ

കുടവയറുകാരും കൊമ്പൻ മീശക്കാരും

കുഞ്ഞിക്കൂട് എലിമെന്ററി സ്കൂൾ അദ്ധ്യാപകൻ ധർമ്മപാലൻ ഒരു സ്വപ്നം കണ്ടു. താൻ വായുവേഗതയിൽ ഒരു കുതിരയെ ഓടിച്ചു പോകുന്നു. അത് ഒരു വെള്ളക്കുതിരയായിരുന്നു.

അത്രയേയുള്ളൂ സ്വപ്നം. കുതിരപ്പുറത്തിരുന്ന് എവിടേക്ക് പോകുന്നു? അല്ലെങ്കിൽ എവിടെനിന്നു വരുന്നു? അതൊന്നും സ്വപ്നത്തിലില്ല. കിനാവ് കാണുന്ന ശീലക്കാരനല്ല ധർമ്മപാലൻ. കട്ടിലും തലയണയും കണ്ടാലുടനെ ഉറങ്ങിപ്പോകുന്ന സ്വഭാവമാണ് അയാളുടേത്. ഒരു പുഴയിൽ കൈകാലുകൾ ചലിപ്പിക്കാതെ പതുക്കെ നീന്തിപ്പോകുന്നതുപോലെയാണ് അയാൾക്ക് ഉറക്കം. അതായത്, ഒരു തടസ്സവുമില്ലാതെ അനങ്ങാതെ അയാൾ അങ്ങനെ ജലപ്പരപ്പിലൂടെ ഒഴുകിയൊഴുകി പോകും. അപ്പോൾ സ്വപ്നങ്ങൾ അയാളിലേക്ക് നീന്തിച്ചെല്ലാൻ കഴിയാത്തതിൽ ദൂരെയിരുന്ന് ദുഃഖിക്കുന്നുണ്ടാകും.

ഉറക്കമുണർന്നിട്ടും ധർമ്മപാലൻ കുറച്ചുനേരം കണ്ണടച്ചു കിടന്നു. അങ്ങനെ കിടന്നുകൊണ്ട് അയാൾ താൻ കണ്ട അപൂർണ്ണമായ സ്വപ്നം പൂർത്തിയാക്കാൻ ശ്രമിച്ചു. ഉറക്കത്തിൽ സ്വപ്നം കാണുന്നത് ഉണർന്നാൽ അത് യാഥാർത്ഥ്യമാക്കാൻ വേണ്ടിയാണ്.

ദൂരെ രണ്ടു മലയിടുക്കുകൾക്ക് നടുവിലൂടെ അയാൾ കുതിരയോടിച്ചുകൊണ്ട് വരികയാണ്. വായുവേഗത്തിൽവന്ന കുതിര ഇപ്പോൾ സാവധാനം നടക്കുന്നതുപോലെയാണ് നീങ്ങുന്നത്. കുതിരപ്പുറത്തിരിക്കുന്ന അയാൾക്കു പിറകിൽ സൂര്യൻ ഉദിച്ചുയരുകയാണ്. മലയിടുക്കിൽ ഹിമപാളികൾ ഉരുകിയൊഴുകുന്നതുപോലെ പ്രഭാത വെളിച്ചം നിറഞ്ഞൊഴുകി. ആ വെള്ളി വെളിച്ചത്തിൽ മുങ്ങിയ ധർമ്മപാലനും അജയകുമാർ എന്ന് പേരുള്ള അയാളുടെ കുതിരയും നീണ്ട നിഴലുകളായി അവർക്കു മുമ്പിൽ സഞ്ചരിച്ചു. ഇരുവശങ്ങളിലുമുള്ള മലകളിൽ

വൃക്ഷങ്ങളോ ഏതെങ്കിലും വിധത്തിലുള്ള പച്ചപ്പോ കണ്ടില്ല. ഉറങ്ങിക്കിടക്കുന്ന ആനക്കൂട്ടങ്ങളെപ്പോലെ മലകളുടെ വശങ്ങളിൽ വലിയ പാറക്കൂട്ടങ്ങൾ ചിതറിക്കിടന്നു.

നിറവെളിച്ചത്തിലൂടെ സഞ്ചരിച്ച് ധർമ്മപാലനും കുതിരയും മലയിടുക്കിൽനിന്നു പുറത്തുവന്നു.

“നീ തളർന്നു പോയോ? തളരരുത്. നമുക്കിനിയും ഒരുപാട് ദൂരം പോകാനുണ്ട്.”

ധർമ്മപാലൻ കുതിരയോട് പറഞ്ഞു.

രാവുടനീളം അവർ മലകൾക്കു പിറകിലെ നിലാവെളിച്ചം വീണ വിജനമായ വഴികളിലൂടെ സഞ്ചരിക്കുകയായിരുന്നു. കടിഞ്ഞാണിലെ പിടിവിടാതെതന്നെ അയാൾ കുതിരപ്പുറത്തിരുന്ന് ഇടയ്ക്കിടെ ഉറങ്ങിക്കൊണ്ടിരുന്നു. അയാൾ പറയാതെ തന്നെ കുതിരയ്ക്ക് അറിയാം ഈ യാത്ര എവിടേക്കാണെന്ന്. കടിഞ്ഞാൺ ആവശ്യമില്ലാത്ത ഒരു കുതിരയായിരുന്നു അത്.

മലയിടുക്കിൽനിന്ന് പുറത്തുവന്ന അയാളുടെ മുമ്പിൽ ഒരു തരിശുഭൂമി നിവർന്നുകിടന്നു. മണലിൽ കടന്നുപോയ ഒട്ടകങ്ങളുടെ കാല്പാടുകൾ കാണാം. അയാളുടെ കണ്ണുകൾ അന്വേഷിച്ചത് ഒരു മരുപ്പച്ചയും അതിലൊരു വെള്ളക്കെട്ടുമാണ്. കണ്ണെത്താവുന്ന ദൂരത്തോളം മണൽ പരപ്പല്ലാതെ മറ്റൊന്നും കണ്ടില്ല. ഇടയ്ക്ക് ചിലയിടങ്ങളിൽ ഇല കൊഴിഞ്ഞുണങ്ങി ശുഷ്കിച്ച വൃക്ഷങ്ങൾ കാണാം. അവ വൃക്ഷങ്ങളുടെ പ്രേതങ്ങളെപ്പോലെ തോന്നിച്ചു. അയാൾക്ക് വിശപ്പും ദാഹവുമുണ്ടായിരുന്നു. ഈ നിമിഷം തന്റെയും കുതിരയുടെയും ദാഹശമനമാണ് അയാളുടെ ലക്ഷ്യം. കുതിരയെക്കുറിച്ചാണ് അയാളുടെ ആശങ്ക. അജയകുമാർ വെള്ളം കുടിക്കാതെയാണ് രാത്രി മുഴുവൻ അയാളെയും ചുമന്ന് യാത്ര ചെയ്തത്.

ധർമ്മപാലൻ കൊട്ടാരത്തിലെ സന്ദേശ വാഹകനാണ്. സന്ദേശങ്ങളുമായി അയാൾ നിരന്തരം യാത്ര ചെയ്യുന്നു.

താൻ ഭദ്രമായി സൂക്ഷിച്ചുകൊണ്ടുപോകുന്ന സന്ദേശങ്ങളിൽ എന്താണുള്ളതെന്ന് അയാൾക്ക് ഒരിക്കലും അറിയുവാൻ കഴിയില്ല. അതിൽ ഭീഷണിയുണ്ടാകാം. അപേക്ഷയുണ്ടാകാം. വെല്ലുവിളിയുണ്ടാകാം. യുദ്ധവിളംബരമുണ്ടാകാം. എന്തെന്ന് അയാൾക്കറിയില്ല. ആദ്യകാലത്ത് അയാളിൽ ജിജ്ഞാസയുണ്ടായിരുന്നു. പിന്നീട് പതുക്കെ അതില്ലാതെയായി.

ഒരിക്കൽ അയാൾ ഒരു സന്ദേശം അയൽരാജ്യത്തെ രാജാവിന് കൈമാറിയതിനുശേഷം ഉടനെ അതിഭീകരമായ ഒരു യുദ്ധം നടന്നു. അയൽരാജ്യത്തെ കൊട്ടാരത്തിൽ സന്ദേശം എത്തിക്കുന്നതിനു പകരം അത് വഴിയിലെവിടെയെങ്കിലും കാട്ടിലോ പുഴയിലോ ഉപേക്ഷിച്ചിരുന്നെങ്കിൽ ആ യുദ്ധം നടക്കില്ലായിരുന്നു. പക്ഷേ, അയാളൊരിക്കലും അങ്ങനെ ചെയ്യില്ലായിരുന്നു. രാജാവിന്റെ വിശ്വസ്തനായ സന്ദേശവാഹകനാണ് ധർമ്മപാലൻ. നീണ്ട യാത്ര കഴിഞ്ഞ് അയാൾ തിരിച്ചെത്തിയാൽ രാജാവ് അയാൾക്ക് പണവും വീഞ്ഞും പിന്നെ ഒരു പെണ്ണിനെയും കൊടുത്ത്, പോയി വിശ്രമിക്കുവാൻ പറയും. പണവും വീഞ്ഞും അയാൾ

ഉപയോഗിക്കും. പെണ്ണിനെ തൊടില്ല. രാത്രിയുടെ മറവിൽ ആരും കാണാതെ അയാൾ കുതിരപ്പുറത്ത് കയറ്റി അവളെ അവളുടെ വീട്ടിൽ എത്തിക്കും. അയാളുടെ ഭാര്യ ഇന്ദിര അത് സന്തോഷപൂർവ്വം നോക്കിനില്ക്കും. ഭർത്താവ് ഇങ്ങനെ സൽസ്വഭാവിയായതിൽ അവൾ അഭിമാനിക്കും.

ഒരിക്കൽ അങ്ങനെ ഒരു പെൺകിടാവിനെ വീട്ടിൽ കൊണ്ടുവിട്ടപ്പോൾ അവളെ സ്നേഹിച്ചു കൊതി തീർന്നിട്ടില്ലാത്ത അവളുടെ ഭർത്താവ് അയാളുടെ കാല്ക്കൽ വീണ് ആനന്ദത്താൽ ഏങ്ങിക്കരഞ്ഞു. ജീവിതം തിരിച്ചുകിട്ടിയ അവളും അയാളോടൊത്ത് ആനന്ദാശ്രുക്കൾ തൂകി.

അതീവ സുന്ദരിയായ ഒരു പെൺകിടാവായിരുന്നു അവൾ. അതവൾക്ക് ഒരു ശാപമായിരുന്നു. പുഴയിൽ കുളി കഴിഞ്ഞ് നിതംബത്തിൽ ഒട്ടിക്കിടക്കുന്ന നനഞ്ഞ ചേലയുമായി വീട്ടിലേക്ക് തിരികെ നടക്കുമ്പോൾ അവൾ ഒരു രാജകിങ്കരന്റെ കണ്ണിൽ പെട്ടു. അങ്ങനെയാണ് ആറേഴു മാസംമുമ്പ് അവൾ രാജാവിന്റെ അന്തഃപുരത്തിൽ എത്തിയത്. ഒരു കളിപ്പാട്ടം കൊണ്ട് കളിക്കുന്നതുപോലെ രാജാവ് അവളെ കൈയിലെടുത്ത് കളിച്ചു. കുറേ നാളുകൾ കഴിഞ്ഞപ്പോൾ രാജാവിന് അവളെ മടുത്തു.

"എന്താണ് കുട്ടീ നിന്റെ പേര്?" "കുസുമം."

"കുസുമം ഇനി പുഴയിൽ കുളിക്കാൻ പോകരുത്." അവൾ അനുസരണയോടെ തലയാട്ടി.

വെള്ളം കുടിക്കാൻ വരുന്ന മാൻകിടാവുകളെപ്പോലെ പെൺകിടാവുകൾ പുഴയിൽ കുളിക്കാൻ വരും. രാജകിങ്കരന്മാർ എപ്പോഴും അവിടെ പാത്തും പതുങ്ങിയും നടക്കുന്നുണ്ടാകും. അവരുടെ കണ്ണിൽപെട്ടാൽ പെൺകിടാവുകൾക്ക് രക്ഷപ്പെടാൻ കഴിയുകയില്ല. അവരെയും കൊണ്ട് കിങ്കരന്മാർ രാജാവിന്റെ സമക്ഷം കുതിച്ചു പായും.

ഇപ്പോൾ ധർമ്മപാലൻ പോകുന്നതും ഒരു സന്ദേശവുമായാണ്. അരയിൽ കെട്ടിയ വീതിയുള്ള ഒരു തോൽപ്പട്ടയിലാണ് അയാൾ അത് ഭദ്രമായി സൂക്ഷിച്ചിരിക്കുന്നത്. അതിനു മുകളിൽ കാൽമുട്ടോളമെത്തുന്ന കുപ്പായം ധരിച്ചതുകൊണ്ട് ആരും അത് കാണില്ല. കൊടും കാടുകളിലൂടെയും അതികഠിനമായ മലകളിലൂടെയും കുതിരപ്പുറത്ത് സഞ്ചരിക്കുന്ന അയാൾ സന്ദേശവാഹകനാണെന്ന് ആർക്കും അറിയില്ല. പലപ്പോഴും ശത്രുരാജ്യങ്ങളിലൂടെയാണ് അയാളുടെ സഞ്ചാരം. പിടിക്കപ്പെട്ടാൽ ജീവൻ നഷ്ടപ്പെടാൻ സാദ്ധ്യതയുണ്ട്. ഒരിക്കൽ അത് സംഭവിക്കുകയുണ്ടായി. ജീവൻ പോയില്ലെന്നു മാത്രം.

ഉഷ്ണത്തിന്റെ തീക്ഷ്ണതയിൽ തളർന്ന അയാൾ വഴിയോരത്തെ തണ്ണീർപ്പന്തലിൽനിന്ന് കൈക്കുമ്പിളിൽ വെള്ളം കോരി കുടിക്കുകയായിരുന്നു. തോൽസഞ്ചിയിൽ കുതിരയ്ക്കുള്ള വെള്ളം സംഭരിക്കുകയും ചെയ്തു. ചെങ്കല്ലുകൊണ്ടുള്ള ഒരു എടുപ്പിനു മുകളിൽ രാജാവിന്റെ കൊടിക്കൂറ പാറുന്നതു കണ്ടപ്പോൾ അത് ശത്രുരാജ്യമാണെന്ന് അയാൾ തിരിച്ചറിഞ്ഞു. എല്ലാ രാജ്യങ്ങളിലെയും കൊടികൾ അയാൾക്ക് ഹൃദിസ്ഥമായിരുന്നു. ഒരു സന്ദേശവാഹകന് ഏത് പതാകകളാണ് ശത്രുരാജ്യങ്ങളിലേതെന്ന് തിരിച്ചറിയുവാനുള്ള കഴിവുണ്ടാകണം.

അത്തരം രാജ്യങ്ങളിലൂടെയുള്ള സഞ്ചാരം ഒഴിവാക്കുകയും വേണം. ശത്രുരാജ്യങ്ങളിൽ എല്ലായിടത്തും അദൃശ്യമായ പടുകൂറ്റൻ കെണികളുണ്ട്. അതീവ ശ്രദ്ധ പുലർത്തിയില്ലെങ്കിൽ ആ കെണികളിൽ അയാളും കുതിരയും ഒന്നിച്ച് ചെന്നുവീഴും. വഴിയോരത്ത് എവിടെയൊക്കെ തണ്ണീർപ്പന്തലുകളുണ്ടെന്ന് അയാൾക്ക് അറിയാം. ശത്രുരാജ്യത്ത് വെള്ളം കുടിക്കാൻ ചെന്നത് ദാഹം സഹിക്കാൻ കഴിയാതെയാണ്.

രാജകിങ്കരന്മാർ അയാളുടെ അരയിൽനിന്ന് വാൾ ഊരിയെടുക്കുകയും അയാളുടെ കൈകൾ പിറകിൽ കൂട്ടിച്ചേർത്തു കെട്ടി കൊട്ടാരത്തിലേക്ക് നടത്തിച്ച് കൊണ്ടുപോകുകയും ചെയ്തു തന്റെ ജീവൻ പോകുന്നതിനെക്കുറിച്ചോ അങ്ങനെ തന്റെ ഭാര്യ ഇന്ദിര ഇളംപ്രായത്തിൽ വിധവയാകുന്നതിനെക്കുറിച്ചോ അയാൾ ചിന്തിച്ചില്ല. അയാൾ വേവലാതിപ്പെട്ടത് അരപ്പട്ടയിൽ സൂക്ഷിച്ചു വച്ചിരിക്കുന്ന രാജസന്ദേശത്തെ കുറിച്ചാണ്. ഏതെങ്കിലും അപകട സാഹചര്യത്തിൽ അകപ്പെട്ടാൽ സന്ദേശം നശിപ്പിക്കുകയാണ് ചെയ്യേണ്ടത്. യാതൊരു കാരണവശാലും അത് മറ്റാരുടെയും കൈകളിൽ ചെന്നുപെടാൻ ഇടയാക്കരുത്. ഇന്നുവരെ ഒരിക്കലും അയാൾ സന്ദേശങ്ങൾ ലക്ഷ്യസ്ഥാനത്ത് എത്തിക്കാതിരുന്നിട്ടില്ല. പക്ഷേ, ഇന്ന് അത് സംഭവിക്കുവാൻ പോകുകയാണെന്ന് ഓർത്തപ്പോൾ അയാൾ തളർന്നുപോയി.

കൈകൾ പിറകിൽ ചേർത്തു കെട്ടിയതുകൊണ്ട് തനിക്ക് സന്ദേശം നശിപ്പിക്കുവാൻ കഴിയുകയില്ലെന്ന് വിചാരപ്പെട്ട് അയാൾ കൂടുതൽ തളർന്നുപോയി.

കിങ്കരന്മാർ അയാളെ രാജാവിന്റെ മുമ്പിൽ കൊണ്ടുവന്നു നിർത്തിയപ്പോൾ അയാൾ പറഞ്ഞു: "പ്രഭോ ഇവരോട് എന്റെ കൈകളുടെ കെട്ടഴിക്കാൻ പറഞ്ഞാലും. അടിയന് കൈകൂപ്പി അങ്ങയെ വന്ദിക്കണം."

അതുകേട്ട് ശത്രുവാണെങ്കിലും രാജാവ് അയാളിൽ പ്രസാദിക്കുകയും കെട്ടഴിക്കാൻ കല്പിക്കുകയും ചെയ്തു. കെട്ടഴിഞ്ഞപ്പോൾ അയാൾ രാജാവിന്റെ പാദങ്ങളിൽ വീണ് കൈകൂപ്പി തൊഴുതു.

"നീയാരാണ്?"

"ഞാനൊരു വണിക്കാണ്."

"എന്താണ് നീ കച്ചവടം ചെയ്യുന്നത്?"

"കുന്തിരിക്കവും കുങ്കുമവും."

ഉടനെ രാജാവ് അയാളെ കുന്തിരിക്കം മണക്കുന്നുണ്ടോയെന്ന് നോക്കാൻ കല്പിച്ചു. കിങ്കരന്മാർ അയാളെ മണത്തു നോക്കി.

"ഇവനെ കുന്തിരിക്കം മണക്കുന്നില്ല പ്രഭോ."

"നന്നായി മണക്കൂ."

കിങ്കരന്മാർ അയാളെ അടിമുടി മണത്തുനോക്കി.

"ഇല്ല. ഇവനെ ഒന്നും മണക്കുന്നില്ല പ്രഭോ."

കാറ്റിൽ മരുഭൂമിയിലെ മണൽ തിട്ടകൾ മടങ്ങുന്നതുപോലെ രാജാവിന്റെ വിശാലമായ നെറ്റിയിൽ ചുളിവുകൾ വീണു. രാജാവ് ധർമ്മപാലനെ ആപാദചൂഡം ഒന്ന് സൂക്ഷിച്ചു നോക്കി.

"എന്താണ് നിന്നെ കുന്തിരിക്കം മണക്കാത്തത്?"

"പ്രഭോ ഞാൻ പുഴയിലിറങ്ങി കുളിച്ചു വരികയാണ്."

രാജാവിന്റെ നെറ്റിയിലെ ചുളിവുകൾ നിവർന്ന് അപ്രത്യക്ഷമായി. "ഇവന് ഒരു കിഴി സ്വർണ്ണനാണയങ്ങൾ കൊടുക്കൂ."

രാജാവ് ഖജനാവ് സൂക്ഷിപ്പുകാരനോടു പറഞ്ഞു. അയാൾ ഉടനെ പോയി ഒരു കിഴി സ്വർണ്ണനാണയങ്ങളുമായി വന്നു. കിങ്കരന്മാർ അയാൾക്ക് അയാളുടെ വാൾ തിരികെ കൊടുത്തു.

ധർമ്മപാലന്റെ വിശ്വസ്തനായ കുതിര അയാളെ കാണാതെ വേവലാതിപ്പെട്ട് തണ്ണീർപ്പന്തലിനരികിൽ നില്പ്പുണ്ടായിരുന്നു. അയാൾ കുതിരപ്പുറത്തു കയറി യാത്ര തുടർന്നു.

വഴിയിലൊരിടത്ത് അയാൾ ഒരു ചെറിയ ആരാധനാലയം കണ്ടു. ഒരു നാട്ടുദേവതയായിരുന്നു പ്രതിഷ്ഠ. അയാൾ ദേവിയെ തൊഴുത് രാജാവ് നല്കിയ സ്വർണ്ണപ്പണക്കിഴി ദേവിയുടെ തൃപ്പാദങ്ങളിൽ വച്ചു. 'ഇത് നിനക്കുള്ളതാണ് ദേവീ,' അയാൾ പറഞ്ഞു. അയാൾ ഒരിക്കൽക്കൂടി ദേവിയെ തന്നാലാവുംവിധം കുനിഞ്ഞ് തൊഴുതു.

തണ്ണീർപ്പന്തലിൽനിന്നു വെള്ളംകുടിച്ചതോടെ അയാളുടെയും കുതിരയുടെയും ദാഹം ശമിച്ചുവെങ്കിലും വിശപ്പ് പോയില്ല. സൂര്യൻ ഉയർന്നുവരികയും അയാളുടെയും കുതിരയുടെയും നിഴലുകൾ കുറുകി വരികയും ചെയ്തതോടെ അയാൾക്ക് വിശപ്പ് അസ്സഹ്യമായിത്തീർന്നു. കടന്നുപോകുന്ന വഴിയിലെവിടെയെങ്കിലും ഒരു വീടോ സത്രമോ തിരഞ്ഞ് അയാളുടെ കണ്ണുകൾ വേദനിച്ചു. അയാൾ തരിശുഭൂമിയിൽ നിന്ന് പുറത്തുവന്നെങ്കിലും ഒരിടത്തും ആൾപ്പെരുമാറ്റം കണ്ടില്ല. മേഞ്ഞു നടക്കുന്ന കന്നുകാലികളെ മാത്രം കണ്ടു. ആ ഗ്രാമത്തിൽ ആളുകൾ കുറവായിരുന്നു. തുടർച്ചയായുള്ള യുദ്ധങ്ങളിൽ ആണുങ്ങളിൽ ഏറെയും മരിച്ചുപോയി. യുവത്വം പോയിട്ടില്ലാത്ത പെണ്ണുങ്ങളെ മുഴുവൻ പടയാളികൾ അനുഭവിച്ചശേഷം വാളിനിരയാക്കുകയോ വേശ്യാലയങ്ങളിൽ കൊണ്ടുവിടുകയോ ചെയ്തു.

യാത്ര തുടർന്ന അയാൾ എവിടെ നിന്നോ പുക ഉയരുന്നത് ശ്രദ്ധിച്ചു. അത് അകലെ ഒരു കൊച്ചുവീട്ടിൽ നിന്നായിരുന്നു. അയാളുടെ മനസ്സറിഞ്ഞ കുതിര വേഗം ഓടി ആ പുരയുടെ മുമ്പിൽ വന്നു നിന്നു. അത് ഒരു കുശവന്റെ പാർപ്പിടമായിരുന്നു. ചൂളയിൽ നിന്നാണ് പുക ഉയരുന്നത്. കുശവനും അയാളുടെ പെണ്ണും ചൂളയിൽനിന്ന് വെന്ത കലങ്ങൾ പുറത്തെടുത്ത് വെള്ളത്തിൽ മുക്കി. ഉറപ്പുള്ള ശരീരമുണ്ടെങ്കിലും അവൾക്ക് സൗന്ദര്യം കുറവായിരുന്നു. അതുകൊണ്ട് രാജകിങ്കരന്മാർ ആ വഴി വരാറില്ല. കുശവനും കുശവത്തിയും രാവിൽ സമാധാനത്തോടെ സല്ലപിച്ച് ഉറങ്ങും. രാജാവിന്റെ നാട്ടിൽ അങ്ങനെ ഉറങ്ങാൻ കഴിയുന്നത് ഒരു സൗഭാഗ്യമായിരുന്നു. കാണാൻ കൊള്ളാവുന്ന പെണ്ണിനോ അവളുടെ കെട്ടിയവനോ അങ്ങനെയൊരു സൗഭാഗ്യം വിധിച്ചിട്ടില്ലായിരുന്നു.

കുതിരപ്പുറത്ത് കയറിവന്ന സന്ദേശവാഹകനെ കുശവനും

കുശവത്തിയും ആതിഥ്യമര്യാദയോടെ സ്വീകരിച്ചു. പുരയുടെ ഉള്ളിൽ നിന്ന് കുശവൻ ഒരു ഇരിപ്പിടം എടുത്തുകൊണ്ടുവന്ന് അയാൾക്ക് ഇരിക്കാൻ നല്കി. രണ്ടു ദിവസത്തിലേറെയായി കുതിരപ്പുറത്തിരുന്ന് സഞ്ചരിക്കുന്ന അയാൾക്ക് നില്ക്കുന്നതിലായിരുന്നു താല്പര്യം. എങ്കിലും മര്യാദയുടെ പേരിൽ അയാൾ ഇരിപ്പിടത്തിൽ ഇരുന്നു.

"കുശവാ, എനിക്കും കുതിരയ്ക്കും വിശക്കുന്നു. വല്ലതും തിന്നാൻ തരണം."

മുഖവുര കൂടാതെ അയാൾ പറഞ്ഞു.

അതുകേട്ട് കുശവൻ പെണ്ണിന്റെ മുഖത്ത് നോക്കി. അവൾ കണ്ണു കൊണ്ട് എന്തോ പറഞ്ഞു.

"കലത്തിൽ ഇത്തിരി കഞ്ഞിയുണ്ട്. മറ്റൊന്നും ഇവിടെ ഇല്ലല്ലോ."

"അതു മതി ചങ്ങാതീ."

കുശവത്തി അകത്തുപോയി കലത്തിൽ ബാക്കിയുണ്ടായിരുന്ന കഞ്ഞി ഒരു വക്ക് ചളുങ്ങിയ, നിറം മങ്ങിയ കിണ്ണത്തിൽ പകർന്ന് അയാളുടെ മുമ്പിൽ വച്ചു. കുതിരയ്ക്ക് കഞ്ഞി വേണ്ടായിരുന്നു. അതുകൊണ്ട് അയാൾ അത് മുഴുവനും കഴിച്ചു.

പോകാൻനേരത്ത് അയാൾ മണ്ണുണങ്ങിക്കിടക്കുന്ന കുശവന്റെ ഉള്ളം കൈയിൽ ഒരു നാണയത്തുട്ട് തിരുകി വച്ചു. അല്പനേരം മുമ്പ് അയാൾ ദേവിയെ തൊഴുതതുപോലെ കുശവൻ ഇപ്പോൾ അയാളെ തൊഴുതു.

പതുക്കെ ആൾപ്പെരുമാറ്റമുള്ള ഒരു ഗ്രാമത്തിലേക്ക് അവർ സഞ്ചരിച്ചു. അത് ഗ്രാമത്തിനും നഗരത്തിനും ഇടയിലുള്ള ഒരു സ്ഥലമായി തോന്നിച്ചു. തലയിൽ ചുമടുകളുമായി ചില ആളുകൾ തെരുവിലൂടെ പോകുന്നുണ്ടായിരുന്നു. വഴിയോരത്ത് ചക്കിൽ എണ്ണയാട്ടുന്നവരെയും തുണികൾ കഴുകി ആറാനിടുന്ന ധോബികളെയും കണ്ടു. ഇപ്പോൾ അയാളുടെയും കുതിരയുടെയും നിഴലുകൾ അവർക്കു പിന്നിലായിരുന്നു. അവർ യാത്ര തുടരവെ പിറകിലെ നിഴലുകൾക്ക് നീളം കൂടി വന്നു. വെളിച്ചം മങ്ങിയപ്പോൾ ഒരിടത്ത് മരങ്ങളുടെ ചുവട്ടിൽ നാലഞ്ച് കുതിരകൾ അയവിറക്കിക്കൊണ്ട് നില്ക്കുന്നത് അയാളുടെ കണ്ണിൽ പെട്ടു. അയാൾ ഊഹിച്ചതുപോലെ സഞ്ചാരികൾക്ക് വിശ്രമിക്കാനും അന്തിയുറങ്ങാനുമുള്ള ഒരു വഴിയമ്പലമായിരുന്നു അത്. അയാൾ സന്തോഷത്തോടെ കുതിരപ്പുറത്തുനിന്ന് ചാടിയിറങ്ങി. അവിടെ അന്തിയുറങ്ങാൻ അയാൾ തീരുമാനിച്ചു. ആദ്യം കുതിരയ്ക്ക് പുല്ലും വെള്ളവും കൊടുക്കണം. ഭക്ഷണവും വിശ്രമവും തന്നെക്കാൾ ആവശ്യം കുതിരയ്ക്കാണ്. അയാൾ വഴിയമ്പലത്തിലേക്ക് നടന്നു.

നേരം ഇനിയും ഇരുട്ടിയിട്ടില്ലെങ്കിലും ചുമരുകളിൽ പന്തങ്ങൾ കത്തിച്ചുവച്ചിരുന്നു. കത്തുന്ന പന്തങ്ങൾക്കു കീഴെ ചുമരിന്മേൽ കരിഞ്ഞ എണ്ണ ചാലുകൾ തീർത്തിരുന്നു. തറയിൽ വിരിച്ച നിറംമങ്ങിയ പരവതാനിയിൽ ഇരുന്ന് രണ്ട് സഞ്ചാരികൾ ഹുക്ക വലിച്ച് വിശ്രമിക്കുന്നത് കണ്ടു. രണ്ടുപേർക്കും വലിയ ശരീരവും കൊമ്പൻ മീശയുമുണ്ടാ

യിരുന്നു. അവരുടെ മുമ്പിൽ ഒഴിഞ്ഞ മധുചഷകങ്ങൾ കണ്ടു. വഴിയമ്പലത്തിന്റെ ഉടമ ധർമ്മപാലന് സ്വന്തമായി ഒരു മുറി നല്കി. അയാൾ കുതിരയ്ക്ക് പുല്ലും വെള്ളവും കൊടുക്കാൻ പറഞ്ഞു. അതിനുശേഷം അയാൾ വെളിയിൽ വലിയ കുട്ടകങ്ങളിൽ നിറച്ചുവച്ച വെള്ളം കോരി തലയിലൊഴിച്ച് ദേഹശുദ്ധി വരുത്തി. മുറിയിൽ ചുമരിനോട് ചേർത്തിട്ട ഒരു ഇരുമ്പ് കട്ടിലും ഒരു മേശയുമുണ്ടായിരുന്നു. മേശപ്പുറത്ത് കൂജയിൽ കുടിവെള്ളം വച്ചിരുന്നു. ചുമരിൽ ഒരു പന്തം എരിഞ്ഞുകൊണ്ടിരുന്നു. ഭക്ഷണം മുറിയിൽ വരുത്തി. ചുട്ടെടുത്ത് നെയ്യ് പലവിധം പുരട്ടിയ റൊട്ടിയും തക്കാളിക്കറിയും ഉള്ളിയുമായിരുന്നു ഭക്ഷണം. അയാൾ അതെല്ലാം വയറു നിറയെ കഴിച്ചു. അപ്പോൾ ക്ഷീണംകൊണ്ട് കണ്ണുകൾ അടഞ്ഞുപോയി.

ഒരു പെണ്ണിന്റെ കരച്ചിൽ കേട്ട് അയാൾ ഞെട്ടിയുണർന്നു. അതൊരു ദുഃസ്വപ്നമായിരുന്നോ? അയാൾ കാതോർത്തു കിടന്നു. ഒരുനിമിഷത്തെ നിശ്ശബ്ദതയ്ക്കുശേഷം പൂർവ്വാധികം ശബ്ദത്തോടെ ആ കരച്ചിൽ അയാളുടെ കാതുകളിൽ തുരന്നിറങ്ങി. ചുമരിലെ പന്തം കരിന്തിരി കത്തി കെട്ടുപോയതിനാൽ അവിടെങ്ങും ഇരുട്ടായിരുന്നു. അയാൾ തപ്പിത്തടഞ്ഞ് വാതിൽ കണ്ടുപിടിച്ച് പുറത്തേക്ക് വന്നു. അപ്പോൾ ഇരുട്ടിൽ എവിടെ നിന്നോ വഴിയമ്പലം സൂക്ഷിപ്പുകാരൻ അയാളുടെ അരികിലേക്ക് ഓടി വന്നു. അയാൾ നിന്നിടത്ത് ആകാശത്തിലെ പന്തങ്ങളുടെ നേർത്ത വെളിച്ചം വീണിരുന്നു.

“എന്താ? ആരാ കരയുന്നത്?”

“അയ്യോ, അവരെന്റെ മോളെ...”

മുഴുമിക്കാൻ കഴിയാതെ വഴിയമ്പലം സൂക്ഷിപ്പുകാരൻ വാവിട്ടു കരഞ്ഞു. അതിന്റെ തുടർച്ചപോലെ അയാളുടെ മകളുടെ നിലവിളിയും കേട്ടു. ചീന്തിയെറിയുന്നതുപോലുള്ള കരച്ചിലായിരുന്നു അവളുടേത്. കരച്ചിൽ കേട്ട ഇടത്തേക്ക് ധർമ്മപാലൻ കുതിച്ചു ചെന്നു. അയാൾ ചാരി വച്ച വാതിൽ തള്ളിത്തുറന്നു. കരിന്തിരി കത്തുന്ന വെളിച്ചത്തിൽ അവർ പെൺകുട്ടിയെ പിച്ചിച്ചീന്തുകയായിരുന്നു. നേരത്തെ അയാൾ കണ്ടതായ നിറംമങ്ങിയ പരവതാനിയിൽ ഇരുന്ന് ഹുക്ക വലിക്കുകയും മദ്യം മോന്തുകയും ചെയ്ത ആ രണ്ട് തടിയന്മാരെ അയാൾ തിരിച്ചറിഞ്ഞു. എന്നാൽ ഇപ്പോൾ അവർ അഞ്ചുപേരുണ്ടായിരുന്നു. എല്ലാവർക്കും ഭീമാകാരമായ ശരീരവും കുടവയറും കൊമ്പൻ മീശയുമുണ്ടായിരുന്നു. കാണാൻ അവർ എല്ലാവരും ഒരുപോലെയുണ്ടായിരുന്നു.

“നിർത്തൂ...”

ധർമ്മപാലൻ ഗർജ്ജിച്ചു.

ആ ഗർജ്ജനം കേട്ടെങ്കിലും അത് അവഗണിച്ച് അഞ്ചുപേരും പെൺകിടാവിനെ താങ്ങി നിർത്തി മുൻപിൽനിന്നും പിറകിൽനിന്നും കുടവയറുകൾ കൊണ്ട് അവളെ ആഞ്ഞുകുത്തി. കുഴഞ്ഞുവീണ പെൺകിടാവിനെ അവർ വീണ്ടും എടുത്ത് കുത്തനെ വച്ചു. ഹുക്ക വലിച്ച്

കറുപ്പു കയറിയ അവരുടെ നാവുകൾ അവളുടെ ഇളം മാറിടങ്ങൾക്കു വേണ്ടി വെപ്രാളത്തോടെ തമ്മിൽ തല്ലി.

ധർമ്മപാലൻ അകത്തേക്ക് പാഞ്ഞു കയറി അവരെ പിടിച്ചു മാറ്റാൻ ശ്രമിച്ചപ്പോൾ ആ കൊമ്പൻ മീശക്കാർ അയാളെ പിൻകാലുകൾ കൊണ്ട് തൊഴിച്ചു വീഴ്ത്തി.

"എന്റെ വാൾ കൊണ്ടുവരൂ."

വഴിയമ്പലം സൂക്ഷിപ്പുകാരൻ അയാളുടെ വാൾ എടുത്തു കൊണ്ടുവന്നു.

അയാൾ വാളുമായി തടിയന്മാരുടെ നേരെ കുതിച്ചു ചെന്നു. പന്തത്തിന്റെ വെട്ടത്തിൽ വാൾത്തലയിൽ നിന്ന് ഒളിമിന്നലുകളുണ്ടായി. കളി കാര്യമായി മാറിയെന്ന് മനസ്സിലായ അഞ്ചുപേരും പെൺകുട്ടിയെ നിലത്തിട്ട് അയാളുടെ നേരെ തിരിഞ്ഞു. ഒരേപോലുള്ള കൊമ്പൻ മീശയും കുടവയറും വീർത്ത ശരീരവുമുള്ള ആ നഗ്ന രൂപങ്ങൾ അയാളെ ഞെക്കിക്കൊല്ലാനായി ഒന്നിച്ച് മുന്നോട്ട് നീങ്ങി. വാൾ വീശിക്കൊണ്ട് അവരിൽനിന്ന് ഒഴിഞ്ഞുമാറിയ അയാൾ കുഴഞ്ഞുവീണു കിടക്കുന്ന പെൺകിടാവിനെ കോരിയെടുത്ത് പുറത്തേക്ക് വന്നു.

"കല്യാണീ... എന്റെ പൊന്നു മോളേ..." വഴിയമ്പലം സൂക്ഷിപ്പുകാരൻ വാവിട്ടു കരഞ്ഞു.

"ഇതാ നിന്റെ മോൾ."

അയാൾ തന്റെ കൈകളിൽ കുഴഞ്ഞുകിടക്കുന്ന കല്യാണിയെ അവളുടെ അച്ഛന് കൊടുത്തു.

"കുടിക്കാൻ ഇത്തിരി വെള്ളം കൊടുക്ക് മോൾക്ക്."

അപ്പോഴാണ് വെളിയിലെ ഇരുട്ടിൽനിന്ന് കൈകളിൽ ഉയർത്തിപ്പിടിച്ച വാളുകളുമായി മൂന്ന് കുടവയറുകാർ കൂടി അകത്തേക്ക് പാഞ്ഞു വന്നത്. അവർക്കും കൊമ്പൻ മീശയും വീർത്ത ശരീരവുമുണ്ടായിരുന്നു. അവരെല്ലാവരും കാഴ്ചയിൽ ഒരുപോലെയായിരുന്നു.

"എന്റെ മോളെയും കൊണ്ടു പോകൂ. എങ്ങോട്ടെങ്കിലും പോകൂ."

വഴിയമ്പലം സൂക്ഷിപ്പുകാരൻ അയാളോട് കരഞ്ഞപേക്ഷിച്ചു. പെൺകിടാവിനെ ഒരു പട്ടു വസ്ത്രം പോലെ ചുമലിലിട്ട് കൈയിൽ വാളുമായി അയാൾ പുറത്തേക്ക് നടന്നു. പുതുതായെത്തിയ ആ മൂന്ന് കുടവയറുകാർ അയാളുടെ വഴി തടയാൻ ശ്രമിച്ചു. അവരെ വെട്ടിച്ച് അയാൾ പുറത്തേക്ക് ഓടി. വിശ്വസ്തനായ കുതിര എല്ലാം കണ്ടും അറിഞ്ഞും അവിടെ തയ്യാറായി നില്ക്കുന്നുണ്ടായിരുന്നു. അയാൾ പെൺകിടാവിനെയും കൊണ്ട് കുതിരപ്പുറത്ത് കയറിയപ്പോൾ കുതിര ഇരുട്ടിനെ പിളർന്നു കൊണ്ട് അതിവേഗം മുമ്പോട്ടു കുതിച്ചു.

"ഭയപ്പെടരുത്."

അയാളുടെ നെഞ്ചോട് ചേർന്നിരിക്കുന്ന അവൾ പതുക്കെ മിഴി തുറന്ന് നോക്കി. എങ്ങനെയോ താൻ സുരക്ഷിതയാണെന്ന് അവൾക്ക് തോന്നി. ഒരു കൈകൊണ്ട് അവളെ ചേർത്തുപിടിച്ച് മറുകൈയിൽ

കടിഞ്ഞാണുമായി അയാൾ കുതിരയെ ഓടിച്ചു.

"ഇനിയാരും നിന്നെ ഉപദ്രവിക്കാൻ വരില്ല. നിനക്ക് ഞാനുണ്ട്." അയാൾ അവളുടെ കാതിൽ മന്ത്രിച്ചു.

അപ്പോഴാണ് മുമ്പിൽ ദൂരെ ഇരുട്ടിൽ ഊരിപ്പിടിച്ച വാളുകളുടെ മിന്നൽപ്പിണർ കണ്ടത്. കുതിരകളുടെ കുളമ്പടിയൊച്ചകൾ അടുത്തു വന്നു. പന്ത്രണ്ട് കുതിരകളുടെ രൂപങ്ങൾ തെളിഞ്ഞുകാണാറായി. കുതിരപ്പുറത്തിരിക്കുന്ന പന്ത്രണ്ടു പേർക്കും ഭീമാകാരമായ ശരീരവും കുടവയറും കൊമ്പൻ മീശയുമുണ്ടായിരുന്നു. അവരെല്ലാവരും കാഴ്ച യിൽ ഒരുപോലെയായിരുന്നു. പിറകിൽനിന്ന് വഴിയമ്പലത്തിൽവച്ച് അയാൾ പരാജയപ്പെടുത്തിയ എട്ടു കുടവയറുകാർ അവരുടെ കുതിര പ്പുറത്തിരുന്ന് തന്റെ നേരെ പാഞ്ഞടുക്കുന്നത് അയാൾ കണ്ടു.

മുമ്പിലും പിറകിലുമായി ഇരുപത് കുതിരകൾ. കുതിരപ്പുറത്തിരുന്ന് പറന്നടുക്കുന്ന ഇരുപത് കൊമ്പൻ മീശയുള്ള കുടവയറുകാർ. അവരുടെ കൈകളിൽ ഉയർത്തിപ്പിടിച്ച വാളുകൾ...

"കല്യാണിയെയുംകൊണ്ട് ഓട്. ഓടി രക്ഷപ്പെടൂ."

അയാൾ കുതിരയോട് പറഞ്ഞു.

അവളുടെ മുഖത്ത് വീണ്ടും ഭയം തെളിഞ്ഞു. ഇരുട്ടിൽ ഒന്നും കാണാൻ കഴിഞ്ഞില്ലെങ്കിലും അവളുടെ ഭയം അയാൾ മണത്തറിഞ്ഞു. അയാൾ അവളെ ചേർത്തു പിടിച്ചു.

"മോളേ, പേടിക്കരുത്. എന്റെ കുതിര നിന്നെ സുരക്ഷിതമായി എന്റെ വീട്ടിലെത്തിക്കും. അവിടെ എന്റെ ഇന്ദിര നിന്നെ കാത്തിരിപ്പുണ്ടാകും. അവൾ നിന്നെ സ്വന്തം മകളെപ്പോലെ കാത്തുസൂക്ഷിക്കും. പോകൂ..."

അയാൾ കുതിരപ്പുറത്തു നിന്ന് ചാടിയിറങ്ങി കാട്ടിലേക്ക് ഓടിക്കയറി തോൽപ്പട്ടയിലെ രാജസന്ദേശം എടുത്ത് വലിച്ചെറിഞ്ഞു. അതൊരിക്കലും തനിക്ക് ലക്ഷ്യസ്ഥാനത്ത് എത്തിക്കാൻ കഴിയില്ലെന്ന് അയാൾക്ക് അറിയാമായിരുന്നു.

കുതിര കല്യാണിയെയുംകൊണ്ട് ഇരുട്ടിലൂടെ ശരവേഗത്തിൽ പാഞ്ഞു. അവർ പോയി നിമിഷങ്ങൾക്കകം ഇരുപത് കുടവയറുകാർ മുന്നിൽനിന്നും പിറകിൽനിന്നും വന്ന് അയാളെ വലയം ചെയ്തു. ആ വലയം ഭേദിക്കുവാൻ കഴിയില്ലെന്ന് അയാൾക്ക് നന്നായി അറിയാമായി രുന്നു. കുതിരപ്പുറത്തിരുന്ന് കുടവയറുകാർ നിസ്സഹായനായി നില്ക്കുന്ന അയാളെ നോക്കി കൊമ്പൻ മീശ പിരിച്ചു. അവർ ഒന്നിച്ച് കുമ്പകൾ കുലുക്കി ഇടിവെട്ടുന്നതുപോലെ ചിരിച്ചു.

എന്നേക്കുമായി കണ്ണടയുന്നതിനുമുമ്പ് അയാൾ കുതിരയും പെൺകിടാവും ഓടി മറഞ്ഞ ദിക്കിൽ നോക്കിയപ്പോൾ അവിടെ വെളിച്ചം തെളിയുന്നത് കണ്ടു.

രണ്ട്

സംഭാഷണം

ദൈവവും ചെകുത്താനും ഒരു ചിത്രശലഭത്തെ വരയ്ക്കുന്നു

എം മുകുന്ദൻ/ഡോ. കെ ബി ശെൽവമണി

ഓരോ മലയാളിയുടെയും ജീവിതത്തിന്റെ ഭാഗമാണ് എം മുകുന്ദൻ. കഥയിലൂടെയും നോവലിലൂടെയും അദ്ദേഹം നെയ്തെടുത്ത സാഹിത്യലോകം മലയാളഭാവനയെ മറുലോകങ്ങളിൽ എത്തിച്ചു. അസാധാരണവും അമ്പരപ്പിക്കുന്നതുമായ പ്രമേയങ്ങളിലൂടെ മുകുന്ദൻ പാരമ്പര്യ രീതികളെ അട്ടിമറിച്ചു. ജീവിതത്തിന്റെ മുന്നിൽ തെറ്റിപ്പിരിഞ്ഞവരെയും ഓടിരക്ഷപ്പെട്ടവരെയും പരാജയപ്പെട്ടവരെയുമെല്ലാം മുകുന്ദനോളം പകർത്തിയെടുത്തവർ ആരുമില്ല. ആഖ്യാനഘടനയുടെ നവീകരണത്തിനായി ചിത്രകലയെയും സംഗീതത്തെയും അദ്ദേഹം നന്നായി വിനിയോഗിച്ചു. വാക്കുകൾകൊണ്ട് ചിത്രം വരയ്ക്കുകയും അതിൽ സംഗീതം ലയിപ്പിക്കുകയുമായിരുന്നു ഈ എഴുത്തുകാരൻ. അരവിന്ദനും ആദിത്യനും രാധയും ഗൗതമനും ദിനേശനും സീതയും അപ്പുവും അൽഫോൺസച്ചനും രമേശ് പണിക്കരുമെല്ലാം നമ്മുടെ ഹൃദയത്തിൽ മരണമില്ലാത്തവരായി. ഓരോകാലത്തും മുകുന്ദൻ നമുക്കൊപ്പം ചേർന്നുനിന്നു. ആധുനികത, ആധുനികോത്തരത, ദളിത്സമൂഹം, ഇ–ലോകം, പ്രവാസജീവിതം, മാജിക്കൽ റിയലിസം എന്നിങ്ങനെയുള്ള എല്ലാ രേഖപ്പെടുത്തലുകളിലും മുകുന്ദൻ നോവലുകളുമായി പ്രത്യക്ഷപ്പെട്ടു. മാറുന്ന കാലത്തോടൊപ്പം മുകുന്ദനും മാറി. അത് ഭാഷയിലും ആഖ്യാനത്തിലുമാണ് കൂടുതൽ വെളിവായത്. ഒരു എഴുത്തുകാരനും സാദ്ധ്യമാകാത്തിടത്തോളം അത് ഉയരുകയും ചെയ്തു. തിന്മ നിറഞ്ഞ കാലത്തിലൂടെ മുകുന്ദൻ നടത്തിയ സാഹിത്യസഞ്ചാരങ്ങൾ കേരളത്തിന്റെ ചരിത്രത്തിന്റെ ഭാഗമാണ്. ചെകുത്താനും ദൈവവും ഒരുപോലെ കഥപറയുന്ന തന്റെ രചനാലോകത്തെ കുറിച്ച് എം മുകുന്ദൻ സംസാരിക്കുന്നു.

മലയാളകഥയെ ആധുനികതയിലേക്ക് മാറ്റിയവരിൽ പ്രധാനിയാണ് എം മുകുന്ദൻ. കഥയുടെ ഭാവവും രൂപവും ഇവിടെ അട്ടിമറിക്കപ്പെട്ടു. ഓരോ കഥയും സമ്മാനിച്ചത് ഞെട്ടലായിരുന്നു. നവോത്ഥാനത്തിൽനിന്നും ആധുനികതയിലേക്കുള്ള ഈ വഴിമാറ്റം പില്ക്കാലത്ത് വലിയ ചരിത്രമായി മാറി. കെ പി അപ്പനെപ്പോലുള്ള നിരൂപകർ ആ ചരിത്രത്തിന് ദൃഢതപകർന്നു. ആ കാലത്തെക്കുറിച്ചുള്ള ഓർമ്മകൾ പങ്കുവെക്കാമോ?

–എന്റെ എഴുത്തിന്റെ അതിതീവ്ര കാലഘട്ടമായിരുന്നു അറുപതുകളും എഴുപതുകളും. എന്നിലെ സർഗ്ഗാത്മകത ആളിക്കത്തുകയായിരുന്നു. ഒരു ആധുനിക എഴുത്തുകാരനാകാനൊന്നും ഞാൻ ആഗ്രഹിച്ചിരുന്നില്ല. ഒരു സാഹിത്യകാരനായി ജീവിതം ജീവിച്ചുതീർക്കുവാൻ മാത്രമായിരുന്നു എന്റെ മോഹം. എഴുത്തുകാർ പല തരത്തിലുണ്ട്. ഒന്ന് ഉറക്കം തൂങ്ങികളായവരാണ്. എഴുതി പണവും പ്രശസ്തിയും ആർജ്ജിക്കുവാൻ മാത്രമായിരുന്നു അവരുടെ മോഹം. അവരെ സാമൂഹ്യപ്രശ്നങ്ങൾ ഒട്ടും അലട്ടിയിരുന്നില്ല. മറ്റൊരുതരം എഴുത്തുകാരുണ്ട്. അവർ പണത്തെക്കുറിച്ചോ പ്രശസ്തിയെക്കുറിച്ചോ ചിന്തിച്ചിരുന്നില്ല. അവർ സാമൂഹ്യജാഗ്രത വെച്ചു പുലർത്തുന്നവരായിരുന്നു. അത്തരം എഴുത്തുകാർക്ക് അവരുടെ ചുറ്റും നടക്കുന്ന ദുരന്തങ്ങൾ കാണാതിരിക്കുവാൻ കഴിയില്ലായിരുന്നു. ഒരെഴുത്തുകാരൻ എന്ന നിലയിൽ ഞാൻ ചെയ്തത് ദുഃഖാർത്തരായ മനുഷ്യരെ വലയിട്ട് പിടിച്ച് എന്റെ എഴുത്തുമേശയ്ക്കരികിൽ കൊണ്ടുവന്നു നിർത്തുക എന്നതായിരുന്നു. അവർ തൊണ്ടപൊട്ടിയും കണ്ണീർ തൂകിയും അവരുടെ അനുഭവങ്ങൾ ഞാനുമായി പങ്കുവച്ചു. ഞാനതൊക്കെ കഥകളും നോവലുകളുമാക്കി മാറ്റി. ഞാൻ എഴുതുന്നത് ആധുനികമാണോ സാമ്പ്രദായികമാണോ എന്നൊന്നുമുള്ള ചിന്തകൾ എന്നിൽ കടന്നുവന്നിരുന്നില്ല. തീപ്പിടിപ്പിച്ച എഴുത്തായിരുന്നു അന്ന് എന്റേത്. വായനക്കാർ ഇരുകൈയും നീട്ടി എന്റെ രചനകൾ സ്വീകരിച്ചു. നെഞ്ചോട് ചേർത്തുപിടിച്ചു. എന്റെ കൃതികളിൽ എന്താണുള്ളതെന്ന് കെ പി അപ്പനും വി രാജകൃഷ്ണനുമൊക്കെ വായനക്കാർക്ക് വിശദീകരിച്ചുകൊടുത്തു. പ്രദീപൻ പാമ്പിരിക്കുന്ന് എഴുതിയതുപോലെ, ആധുനികതയുടെ ജാഗ്രത്തായ കാവലാളായിരുന്നു കെ പി അപ്പൻ. അരികിൽ അങ്ങനെ ഒരാളുണ്ടെന്ന ബോധം എനിക്ക് ഊർജ്ജപ്രവാഹങ്ങൾ നല്കി. മലയാളസാഹിത്യത്തിലെ ആധുനികത കഥാകൃത്തുക്കളുടെയും നോവലിസ്റ്റുകളുടെയും മാത്രം സൃഷ്ടിയല്ല. സാഹിത്യവിമർശകർക്കുകൂടി അതിൽ നിർണ്ണായകമായ പങ്കുണ്ടായിരുന്നു. കെ പി അപ്പനെയും വി രാജകൃഷ്ണനെയും നരേന്ദ്രപ്രസാദിനെയും ആഷാമേനോനെയും പോലുള്ള നിരൂപകർ ഇല്ലായിരുന്നുവെങ്കിൽ ഇവിടെ ആധുനികസാഹിത്യം ഉണ്ടാകുമായിരുന്നില്ല. സർഗ്ഗാത്മക കൃതികളുമായി ഇഴുകിച്ചേർന്ന് ഒഴുകുന്ന ഒരു പ്രവാഹമായിരുന്നു അക്കാലത്തെ അവരുടെ വിമർശന സാഹിത്യരചനകൾ. മലബന്ധം വന്ന പുരോഗമനചിന്തകളിൽനിന്നും വാടിക്കരിഞ്ഞ കാല്പനി

കതയിൽനിന്നും നമ്മുടെ സാഹിത്യത്തെ മോചിപ്പിച്ച് അതിനെ സമകാലീനതയുമായി വിളക്കിച്ചേർക്കുന്നതിൽ സർഗ്ഗാത്മക രചയിതാക്കളും നിരൂപകപ്രതിഭകളും ഒന്നിച്ച് പ്രവർത്തിക്കുകയുണ്ടായി. അതിന്റെ പരിണതിയാണ് നമ്മുടെ ആധുനികസാഹിത്യം. എന്റെ രചനകൾക്ക് അഗ്നിശോഭ നല്കുന്ന ഒരു പുതിയ ഭാഷ വളർത്തിയെടുക്കുവാൻ ഞാൻ ശ്രമിച്ചു. ഴാൻ ഴെനെ എങ്ങനെ സ്വവർഗ്ഗരതി ഒരു ഭാഷയാക്കി മാറ്റി? അതുപോലെ മയക്കുമരുന്ന് ഒരു മോട്ടീഫ് ആക്കാൻ ഞാൻ ശ്രമിച്ചു. കപടസദാചാരവാദികളാണ് അതിനെ എതിർത്തത്. ചുരുക്കിപ്പറഞ്ഞാൽ, എഴുത്തുകാരും നിരൂപകരും വായനക്കാരും ഒന്നിച്ച് വളർത്തിയെടുത്തതാണ് നമ്മുടെ സാഹിത്യത്തിലെ ആധുനികത.

കഥകൾക്ക് ഒരു കാലത്ത് ദുരൂഹതയുടെയും ദുർഗ്രഹതയുടെയും പാതകൾ ഉണ്ടായിരുന്നു. രാധ രാധ മാത്രം, അഞ്ചരവയസ്സുള്ള കുട്ടി തുടങ്ങിയ കഥകൾ അങ്ങനെ വന്നതാണ്. പക്ഷേ, ഇപ്പോൾ ആഖ്യാനവും ഭാഷയുമൊക്കെ ലളിതമാണ്. ഓട്ടോറിക്ഷക്കാരന്റെ ഭാര്യ, ഉൾപ്പെടെയുള്ള രചനകൾ ഉദാഹരണം. ഓരോ കാലത്തും കഥകൾ വ്യത്യസ്തമായ വഴികൾ സ്വീകരിക്കയാണല്ലോ?

– ഒരു കഥയുടെ ആഖ്യാനവും ഭാഷയും രൂപപ്പെടുത്തുന്നതിൽ കഥയുടെ പ്രമേയത്തിന് ഒരു പങ്കുണ്ട്. പലപ്പോഴും പ്രമേയമാണ് കഥാകൃത്തിനോട് പറയുന്നത്, ഇതാ ഈ ഭാഷയും ഘടനയുമൊക്കെയാണ് എനിക്ക് ചേരുക എന്ന്. അതാണ് എന്റെ കാര്യത്തിൽ സംഭവിക്കുന്നത്. ഒരു കഥയ്ക്കുള്ള ചേരുവകൾ എന്തൊക്കെയായിരിക്കണമെന്ന് അതെഴുതുന്നതിന് മുമ്പ് ഞാൻ ആലോചിക്കും. ചില കഥകളുടെ ഭാവവും രൂപവും ഇടകലർന്നിട്ടുണ്ടാകും. നമുക്കത് രണ്ടിനെയും വേർപെടുത്തുവാൻ കഴിയുകയില്ല. 'ഇന്ദ്രീയങ്ങളിൽ ശൈത്യം,' 'അവർ പാടുന്നു' എന്നീ പഴയകാല കഥകൾ ഉദാഹരണമായി കാണാം. ഈ കഥകൾ ആ ഭാഷയിലേ എഴുതാൻ കഴിയൂ. പൊതുവെ പുതുമ ഇഷ്ടപ്പെടുന്ന ഒരാളാണ് ഞാൻ. കാഴ്ചയും ഭാഷയും എഴുത്തുകാരൻ സദാ നവീകരിക്കണമെന്നാണ് എന്റെ നിലപാട്. എത്രയോ കാലമായി ഇംഗ്ലീഷിലും ഫ്രഞ്ചിലും വരുന്ന കഥകൾ ഞാൻ കഴിയുന്നത്ര പിന്തുടരുന്നുണ്ട്. കഥാസാഹിത്യത്തിലെ പരിവർത്തനങ്ങൾ മനസ്സിലാക്കാൻ വേണ്ടിയാണിത്. പിന്നെ കഥ എത്രതന്നെ ഗഹനവും സങ്കീർണ്ണവുമായാലും ശരി, അത് പാരായണക്ഷമതയുള്ളതായിരിക്കണം എന്ന് ശാഠ്യമുള്ള ആളാണ് ഞാൻ. 'അജ്ഞൻ,' 'പ്രഭാതം മുതൽ പ്രഭാതം വരെ' തുടങ്ങിയ കഥകൾ പ്രമേയപരമായി സങ്കീർണ്ണമാണ്. പക്ഷേ, ഭാഷാപരമായി അതിലളിതവും.

ഉള്ള് പൊള്ളിക്കുന്ന വേദനയാണ് അച്ചൻ എന്ന കഥ. ആരോപണങ്ങളാൽ അപമാനിതരാകുന്ന അച്ഛനും അമ്മയും ഇപ്പോഴും നമ്മുടെ നാട്ടി

ലുണ്ട്. ഒരു കേസിൽ അമ്മക്കെതിരെ മകൻ പരാതി പറഞ്ഞത് ഞെട്ടിപ്പിക്കുന്നതായിരുന്നു. ഈ കഥയിലെ അനഘ ഒരു മുറിവാണ്. അതിനേക്കാൾ വലിയ മുറിവാണ് വീട്ടിലേക്ക് പിന്നീട് വരാതെപോയ അച്ഛനും. ഈ കഥ ഉയർത്തുന്ന സാമൂഹിക പ്രശ്നം സജീവമായി ചർച്ച ചെയ്യേണ്ടതല്ലേ?

കഥ പ്രസിദ്ധീകരിച്ച കാലത്ത് ധാരാളം ചർച്ചകൾ നടന്നിരുന്നു. ഇപ്പോഴത്തെ ഒരു പ്രശ്നം ചർച്ചകൾക്ക് തുടർച്ച ഉണ്ടാകുന്നില്ല എന്നതാണ്. ഇത് എന്റെ മാത്രം അനുഭവമല്ല. പൊതുവെ അങ്ങനെയാണ് സംഭവിക്കുന്നത്. സന്തോഷ് ഏച്ചിക്കാനത്തിന്റെ 'ബിരിയാണി' എത്ര മാത്രം നല്ലൊരു കഥയാണ്. കഥ പ്രസിദ്ധീകരിച്ചപ്പോൾ ധാരാളം ചർച്ചകൾ നടന്നു. പിന്നീട് എല്ലായിടത്തും നിശ്ശബ്ദത. വലിയ ഭൂകമ്പമുണ്ടാകുന്ന പ്രദേശത്ത് തുടർ ഭൂകമ്പങ്ങളുണ്ടാകും. അതുപോലെയായിരിക്കണം സാഹിത്യചർച്ചകളും. തുടർ ചർച്ചകളുണ്ടാകണം. പഴയകാലത്ത് അങ്ങനെയായിരുന്നു. എന്റെ പല കഥകൾക്കും എത്രയോ കാലം തുടർ ചർച്ചകളുണ്ടായിരുന്നു. ഒരുപക്ഷേ, സാമൂഹ്യ മാധ്യമങ്ങൾക്ക് ഇതിൽ ഒരു പങ്കുണ്ടാകാം. തിരക്കിട്ട് വായിക്കുക, അതേ തിരക്കോടെ മറക്കുക. അതാണ് സോഷ്യൽ മീഡിയയിലെ ഒരു രീതി. എല്ലാം അല്പായുസ്സുകളായി മാറിയിരിക്കുന്നു.

'മതി' രാധിക സജീവന്റെ കൈയിൽനിന്നും ഓട്ടോറിക്ഷയുടെ താക്കോൽ വാങ്ങി ബ്ലൗസിനുള്ളിൽ ഇട്ടു. 'ഇനി ഓട്ടോ ഞാനോടിക്കും.' 'അപ്പോ ഞാനോ?' 'അടുക്കളേല് കേറി ചോറും കൂട്ടാനും വെക്ക്.' കഴിയുമെങ്കില് പെറുകയും ചെയ്യ്.'– രാധികയുടെ വാക്കുകൾ രൂക്ഷമാണ്. സ്ത്രീപക്ഷ സമീപനത്തോടുള്ള മാഷിന്റെ ആദ്യകാല പ്രവണതകളിൽ നിന്നും വ്യത്യസ്തമായ വായനയാണ് ഈ കഥ ആവശ്യപ്പെടുന്നത്.

– പെണ്ണ് ഒരുപാട് മാറിയിട്ടുണ്ട്. ആണിനതറിയാം. എങ്കിലും അറിയാത്തതുപോലെ നടക്കുന്നു. എവിടെ നോക്കിയാലും ഇപ്പോൾ പെണ്ണാണ്. സർക്കാർ ആപ്പീസുകളിൽ നിറയെ ഉദ്യോഗസ്ഥകളാണുള്ളത്. ബാങ്കുകളിൽ ചെന്നു നോക്കിയാൽ സ്റ്റാഫംഗങ്ങളിൽ ഏറേയും സ്ത്രീകളാണ്. കോളേജുകളിലും സ്കൂളുകളിലും അദ്ധ്യാപകരോളം തന്നെ അദ്ധ്യാപികമാരുണ്ട്. ഐ ടി മേഖലയിലെ കാര്യം പറയുകയും വേണ്ട. പെണ്ണിന്റെ ഈ കുതിപ്പ് ആണ് കാണണം. അംഗീകരിക്കണം. ഭൂരിഭാഗം ആണുങ്ങളും ഇപ്പോഴും പഴയകാല ശീലങ്ങൾ ഉപേക്ഷിക്കാൻ തയ്യാറാകുന്നില്ല. അതിനെച്ചൊല്ലി ഒരു കഥ. അതാണ് 'ഓട്ടോറിക്ഷക്കാരന്റെ ഭാര്യ.' അത് വായിച്ചിട്ട് ഏതെങ്കിലും ഒരു ആണിന്റെ സ്വഭാവം മാറുമെന്ന് ഞാൻ പ്രതീക്ഷിക്കുന്നില്ല. എങ്കിലും നമ്മൾ ചെയ്യേണ്ടത് ചെയ്യണമല്ലോ.

വി എസ് വിരുദ്ധ രചനയായി ദിനോസറുകളുടെ കാലം വായിക്കപ്പെടുകയായിരുന്നു. പിണറായി–വി എസ് ചേരികൾ സജീവമായ കാലത്താണ് ഈ കഥ വന്നത്. വി.എസിനെ വികസന വിരുദ്ധനായി അവതരിപ്പിക്കുന്ന രീതി കഥയിൽനിന്നും വായിച്ചെടുക്കാം. ഇത്തരമൊരു കഥ അനിവാര്യമായിരുന്നുവെന്ന് കരുതുന്നുണ്ടോ?

–ഞാൻ വളരെയധികം ആദരിക്കുകയും സ്നേഹിക്കുകയും ചെയ്യുന്ന ഒരു നേതാവാണ് സഖാവ് വി എസ്. താഴെത്തട്ടിൽനിന്നും കഷ്ടപ്പാടുകൾ സഹിച്ച് ജനങ്ങളുടെ ഇടയിൽ പ്രവർത്തിച്ച് ഉയർന്നുവന്ന നേതാവ്. ഒരു മുഖ്യമന്ത്രി എങ്ങനെയായിരിക്കണമെന്ന സഖാവിന്റെ കാഴ്ചപ്പാടിനോട് എനിക്ക് ചെറിയൊരു വിയോജിപ്പുണ്ടായിരുന്നു. അത് മനസ്സിൽ മറച്ചുവയ്ക്കാതെ ഞാൻ തുറന്നു പറഞ്ഞു. വിമർശനാത്മകമായി ആദരിക്കുക, സ്നേഹിക്കുക അതാണ് എന്റെ രീതി. ഞാൻ ഒരിക്കൽ അദ്ദേഹത്തെ തിരുവനന്തപുരത്തുവെച്ച് കണ്ടപ്പോൾ അടുത്ത് ചെന്ന് ചോദിച്ചു, എന്നോട് ദേഷ്യമുണ്ടോ സഖാവിന് എന്ന്. ഏയ് ഒട്ടുമില്ല എന്ന് എന്റെ ചുമലിൽ കൈവച്ച് അദ്ദേഹം പറഞ്ഞു. ആ രംഗത്തിന്റെ നാല് ഫോട്ടോകൾ *കേരളകൗമുദി* പത്രം മുൻപേജിൽ പ്രസിദ്ധീകരിച്ചിരുന്നു. അദ്ദേഹത്തിന് എന്നോട് ഒട്ടും സ്നേഹക്കുറവ് ഉണ്ടായിരുന്നില്ല. ഉണ്ടായിരുന്നത് അദ്ദേഹത്തിന്റെ ആരാധകർക്കാണ്. ആ സംഭവത്തിനുശേഷവും വി എസ് മുഖ്യമന്ത്രിയായിരിക്കെ വീണ്ടും ഞാൻ അദ്ദേഹത്തെ കണ്ടിരുന്നു. കൂടെ നടൻ ശ്രീനിവാസനും സംവിധായകൻ പ്രിയദർശനുമുണ്ടായിരുന്നു. അപ്പോഴും അദ്ദേഹം സ്നേഹത്തോടുകൂടി തന്നെയാണ് എന്നോട് സംസാരിച്ചത്. അതിനുശേഷം കാലം കുറെ കടന്നുപോയി. ഇപ്പോൾ കലഹിച്ചുകൊണ്ട് സ്നേഹിക്കുക, ബഹുമാനിക്കുക എന്ന രീതി ഞാൻ ഉപേക്ഷിച്ചിരിക്കുന്നു. ഞാനിപ്പോൾ കലഹപ്രിയനല്ല. പ്രായമാകുന്നതായിരിക്കാം കാരണം.

കുട്ടികളെക്കുറിച്ചും അവരുടെ നിലപാടുകളെക്കുറിച്ചും ധാരാളം കഥകൾ എഴുതിയിട്ടുണ്ട്. ഉണ്ണിക്കഥ, നമ്മുടെ മക്കൾ, ഭാവി എന്നിവ ഉദാഹരണം. സ്ത്രീധനവുമായി ബന്ധപ്പെട്ട പ്രശ്നങ്ങൾ സജീവമായി ചർച്ച ചെയ്യുന്ന പുതിയ കാലത്ത് 'ഭാവി'ക്ക് കൂടുതൽ പ്രാധാന്യം കൈവരുകയാണ്.

–എഴുത്തുകാർ കഥകളിൽ സാമൂഹ്യപ്രശ്നങ്ങൾ കൈകാര്യം ചെയ്യുന്നത് കാണുവാൻ വായനക്കാർ ഇഷ്ടപ്പെടുന്നു. സാമൂഹ്യബോധമുള്ള, ജാഗ്രത്തായ ഒരു വായനാസമൂഹമാണ് ഇന്നുള്ളത്. അതാണ് കാരണം. ഞാൻ പലതരത്തിലുള്ള കഥകൾ എഴുതുന്ന ആളാണ്. പക്ഷേ, സാമൂഹിക പ്രശ്നങ്ങളെ സ്പർശിച്ച് എഴുതുമ്പോൾ വായനക്കാരിൽ ആവേശത്തള്ളിച്ചയാണ് കാണുന്നത്. 'ഓട്ടോറിക്ഷക്കാരന്റെ ഭാര്യ'യും 'അച്ചനും' 'അപ്പന്റെ ബ്രാണ്ടിക്കുപ്പി'യും വായിച്ച് വായനക്കാർ ആവേശത്തോടെ പ്രതികരിച്ചതു കണ്ട് ഞാൻ അന്തംവിട്ട് നിന്നുപോയിട്ടുണ്ട്.

'അപ്പന്റെ ബ്രാണ്ടിക്കുപ്പി'യെ പലരും വിമർശിച്ചിരുന്നു. കഥയുടെ ആഖ്യാനം അതിലളിതമായതാണ് കാരണം. കുട്ടികൾക്കുകൂടി വായിക്കാൻവേണ്ടിയാണ് അതെഴുതിയത്. അപ്പോൾ ആഖ്യാനം ലളിതമാകേണ്ടതുണ്ട്. കഥ കേരളത്തിലുടനീളം നിരവധി സ്കൂളുകളിൽ ചർച്ച ചെയ്യപ്പെട്ടു. അതു പോരേ? സ്ത്രീധനം എന്ന മഹാവ്യാധിയുടെ ദുരന്തഫലങ്ങൾ ഡൽഹി ജീവിതകാലത്ത് ഞാൻ നേരിട്ട് കണ്ട് അനുഭവിച്ചിട്ടുള്ളതാണ്. *ഡൽഹി ഗാഥ*കളിൽ ഒരു കഥാപാത്രമുണ്ട്. ജസ്വിന്ദർ എന്ന സർദാർണി പെൺകുട്ടി. ഭർത്താവിന്റെ വീട്ടിൽ താമസിക്കുന്ന ഗർഭിണിയായ പെൺകുട്ടിയെ സ്ത്രീധനം കുറഞ്ഞുപോയതിന്റെ പേരിൽ ഭർത്താവിന്റെ അച്ഛനമ്മമാർ നിരന്തരം ദ്രോഹിക്കുന്നു. ഇന്ദിരാഗാന്ധിയുടെ വധത്തിനുശേഷം സിഖുകാർക്ക് എതിരെ വലിയ കലാപങ്ങൾ പൊട്ടിപ്പുറപ്പെട്ടു. സിഖുകാർ വീടു വിട്ട് പലായനം ചെയ്തു. അങ്ങനെ കൈയിൽ കൊള്ളാവുന്നതെല്ലാം എടുത്ത് ജസ്വിന്ദറിന്റെ ഭർത്തൃവീട്ടുകാരും സ്ഥലം വിടുന്നു. കൂടെ പോകാനിറങ്ങിയ പൂർണ്ണഗർഭിണിയായ പെൺകുട്ടിയെ അവർ മുറിയിൽ പൂട്ടിയിട്ടിട്ടാണ് പോയത്. കലാപകാരികൾവന്ന് ആ വീടിനും തീയിട്ടു. നമ്മുടെ നാട്ടിൽ സ്ത്രീധനത്തിന്റെ പേരിൽ പെൺകുട്ടികളെ ജീവനൊടുക്കാൻ പ്രേരിപ്പിക്കുന്നവർ ജസ്വിന്ദറിന്റെ ഈ ദുരന്തകഥ വായിക്കുമോ? അവളുടെ കണ്ണീരും ചോരയും കാണുമോ?

എൻ എസ് മാധവന്റെ കഥകളെക്കുറിച്ച് എപ്പോഴും പറയാറുണ്ടല്ലോ. പ്രത്യേകിച്ച് ഹിഗ്വിറ്റ എന്ന കഥയെക്കുറിച്ച്. രാഷ്ട്രീയ കഥകളുടെ കൂട്ടത്തിൽ എൻ എസ് മാധവന്റെ ഇടമെന്താണ്? ഇതിനോടൊപ്പം കൂട്ടിച്ചേർക്കാൻ ഒന്നുകൂടിയുണ്ട്. വംശീയ വിദ്വേഷം വർദ്ധിപ്പിക്കുന്നതാണ് ഫുട്ബോളെന്ന് പറഞ്ഞിട്ടുണ്ട്. 2020 യൂറോ കപ്പ് ഫൈനലിൽ ഇറ്റലിയും ഇംഗ്ലണ്ടും തമ്മിലുള്ള മത്സരത്തിലും വംശീയ വിദ്വേഷം ആവർത്തിക്കുകയാണ് ചെയ്തത്. ഫുട്ബോളിന്റെ രാഷ്ട്രീയം അപകടകരമായി മാറുകയാണോ?

–ഫുട്ബോളിലെ വംശീയതയെക്കുറിച്ച് നന്നായി പഠിച്ചിട്ടുള്ള എഴുത്തുകാരനാണ് മാധവൻ. ഫുട്ബോൾ വയലൻസിനെപ്പറ്റി ചിന്തിക്കുവാൻ മാധവൻ നമ്മെ പ്രേരിപ്പിച്ചു. പതിനായിരക്കണക്കിന് കാണികളുടെ നടുവിൽ പെനാൽറ്റി കിക്ക് നേരിടാൻ തയ്യാറായി നില്ക്കുന്ന ഗോൾ കീപ്പറുടെ ഏകാന്തതയെക്കുറിച്ചും മാധവൻ നമുക്ക് പറഞ്ഞു തന്നു. ഫുട്ബോൾ വയലൻസിന് പ്രധാന കാരണം മത്സരത്തെ രണ്ടുരാജ്യങ്ങൾ തമ്മിലുള്ള യുദ്ധമായി പ്രേക്ഷകർ കാണുന്നു എന്നതാണ്. ഈയൊരു കാഴ്ചപ്പാട് ദേശീയ വികാരത്തെ ഉണർത്തുന്നു. അതിനുപുറമെ അത് വംശീയ ബോധത്തെ ആളിക്കത്തിക്കുകയും ചെയ്യുന്നു. 2006 വേൾഡ് കപ്പ് ഫൈനലിലെ സംഭവം നമുക്കിവിടെ ഓർക്കാം. ഫ്രാൻസും ഇറ്റലിയും തമ്മിലായിരുന്നല്ലോ ആ മത്സരം. കളിയുടെ അവ

സാനം സിനദീൻ സിദാൻ ഇറ്റാലിയൻ കളിക്കാരനായ മാർകോ മറ്ററാസിയെ തലകൊണ്ട് നെഞ്ചിൽ ഇടിച്ചുവീഴ്ത്തി. ഫ്രാൻസിലെ ഐതിഹാസിക ഫുട്ബോൾ താരമാണ് സിദാൻ. ഈ സംഭവം കാരണം ഫ്രാൻസിന് വേൾഡ് കപ്പ് കിരീടം നഷ്ടമായി. എന്നാൽ ഫ്രഞ്ച് പ്രസിഡന്റ് അടക്കം രാജ്യം മുഴുവനും സിദാനെ ന്യായീകരിക്കുകയാണ് ചെയ്തത്. അൾജീരിയയിൽനിന്നും ഫ്രാൻസിലേക്ക് കുടിയേറി പാർത്ത ഒരു മുസ്ലീം കുടുംബത്തിലാണ് സിദാൻ പിറന്നത്. മറ്ററാസി കളിക്കളത്തിൽവെച്ച് വംശീയമായി സിദാനെ അധിക്ഷേപിച്ചതാണ് സിദാനെ പ്രകോപിപ്പിച്ചത്. സിദാനെ മാത്രമല്ല സിദാന്റെ സഹോദരിയെയും മറ്ററാസി അവഹേളിച്ചിരുന്നു. ഇക്കഴിഞ്ഞ യൂറോ കപ്പ് ഫൈനലിനു ശേഷവും വംശീയത തലപൊക്കുന്നത് നമ്മൾ കണ്ടു. ഇംഗ്ലണ്ടുകാർ തന്നെയാണ് പെനാൽറ്റി നഷ്ടപ്പെടുത്തിയതിന് അവരുടെ സ്വന്തം കളിക്കാരായ ബുക്കായ സാക്കയെയും മാർക്കസ് റഷ്ഫോർഡിനെയും ജാഡൻ സാഞ്ചോവിനെയും അസഭ്യം പറഞ്ഞതും വംശീയമായി അധിക്ഷേപിച്ചതും. ഈ മൂന്ന് യുവ കളിക്കാരും കറുപ്പ് വംശജരാണ്. ഇരുപതിനടുത്ത് പ്രായമുള്ള അവർ ഇംഗ്ലീഷ് ഫുട്ബോളിന്റെ ഭാവി വാഗ്ദാനങ്ങളാണ്. കുറച്ചുകാലം മുമ്പ് ഫുട്ബോൾ വയൻസിനെതിരെ "Let's kick racism out of football" എന്ന പേരിൽ വലിയൊരു ക്യാമ്പയിൻ ഇംഗ്ലണ്ടിൽ നടന്നിരുന്നു. അതുകൊണ്ട് ഒരു ഫലവുമുണ്ടായില്ല. അതാണ് യൂറോക്കപ്പ് ഫൈനലിലെ നിർഭാഗ്യകരമായ സംഭവം ചൂണ്ടിക്കാണിക്കുന്നത്.

മലിനമായ വായുവിൽ ഡൽഹി നഗരവും മരിച്ച നദിയാൽ വിദൂരജനപഥങ്ങളും അങ്ങനെ ഒരു സംസ്കാരവും ക്ഷയിക്കുന്നതിന്റെ ചിത്രമാണ് ഒരു പുഴയുടെ ഓർമ്മ എന്ന് കെ സി നാരായണൻ നിരീക്ഷിക്കുന്നുണ്ട്. പുതിയകാലത്ത് ഈ കഥയ്ക്ക് കൂടുതൽ പ്രാധാന്യം വരുകയാണ്. മലിനമായ വായുവും മരിച്ച നദിയും ക്ഷയിക്കുന്ന സംസ്കാരവുമൊക്കെ നമുക്ക് നിത്യപരിചയമായിക്കഴിഞ്ഞിരിക്കുന്നല്ലോ?

– ഡൽഹിയിൽ ഇരുന്നെഴുതിയ കഥയാണിത്. യമുനാ നദിയുടെ അക്കരെയുള്ള കലാവിഹാറിൽ അഞ്ചുവർഷം ഞാൻ താമസിച്ചിരുന്നു. എന്നും ആ നദിയുടെ മുകളിലെ പാലത്തിലൂടെയായിരുന്നു ഞാൻ ആപ്പീസിലേക്ക് പോയിരുന്നത്. താഴെ നദിയിൽ ചുവന്ന ശീലയും മൺകുടവും പൂക്കളും ഒഴുകി നടക്കുന്നത് ഒരു പതിവു കാഴ്ചയായിരുന്നു. മരണാനന്തര ക്രിയകളുടെ അവശിഷ്ടങ്ങളാണ് അതെല്ലാം. ചിലപ്പോൾ മൃതദേഹങ്ങൾ ഒഴുകുന്നതും കണ്ടിട്ടുണ്ട്. കാശിയിൽ ഗംഗാനദിയിൽ ഒഴുകുന്ന മൃതദേഹങ്ങൾക്കരികിൽ മുങ്ങിക്കുളിച്ച് ദേഹശുദ്ധിവരുത്തുന്നവരെ കാണാം. ഇവിടെനിന്നു ശേഖരിക്കുന്ന വെള്ളമാണ് അന്ത്യനിമിഷം രോഗിയുടെ വായിൽ ഇറ്റിവീഴ്ത്തുന്നത്. അങ്ങനെ ചെയ്താൽ ആത്മാവിന് മോക്ഷം കിട്ടും. മാലിന്യകൂമ്പാരങ്ങളാണ് കാശിയിലെ നദീതീരങ്ങൾ.

ഉത്തരേന്ത്യയിലെ നദികൾ ചീയുന്നത് അവയെ ഹൈന്ദവ മതവിശ്വാസങ്ങളുമായി ബന്ധപ്പെടുത്തുന്നതുകൊണ്ടാണ്. ഗംഗപോലുള്ള നദികളിലെ വെള്ളത്തിൽനിന്നു ദുർഗ്ഗന്ധം വമിച്ചാലും അത് പുണ്യജലം തന്നെയാണ് വിശ്വാസികൾക്ക്. വ്യവസായികൾ ഫാക്ടറികളിലെ വിഷമയമായ ജലം നദികളിലേക്ക് തുറന്നുവിടുന്നു. ആർക്ക് അവരെ കുറ്റപ്പെടുത്തുവാൻ കഴിയും? കുറ്റപ്പെടുത്തിയാൽ അവരുടെ മറുപടി ഇങ്ങനേയായിരിക്കില്ലേ? നിങ്ങൾ പാതി കത്തിക്കരിഞ്ഞതോ അളിഞ്ഞതോ ആയ മൃതദേഹങ്ങൾ പുഴയിലൊഴുക്കുന്നു. അപ്പോൾ ഞങ്ങൾക്കെന്തുകൊണ്ട് ഇത്തിരി വിഷം കലർന്ന വെള്ളം പുഴയിലൊഴുക്കിക്കൂടാ? അശാസ്ത്രീയമായ വ്യവസായവല്ക്കരണവും അന്ധമായ മതവിശ്വാസങ്ങളും അനിയന്ത്രിതമായ വാഹനപ്പെരുപ്പവും ഡൽഹിയിലെ ജീവവായുവിനെയും ദാഹജലത്തെയും മണ്ണിനെയും പോലും നശിപ്പിക്കുന്നു.

"ഡൽഹി" നോവലിനെക്കുറിച്ചുള്ള പഠനത്തിൽ എക്സിസ്റ്റൻഷ്യലിസത്തെ ഒരു ചിന്താപദ്ധതിയെന്ന നിലയിലല്ല ഒരു ജീവിത പരിതസ്ഥിതിയെന്ന നിലയിലാണ് മുകുന്ദൻ ഉപയോഗിച്ചതെന്ന് കെ പി അപ്പൻ എഴുതുന്നുണ്ട്. സിദ്ധാന്തങ്ങളുടെ ഭാരവും അലങ്കാരവും ഒഴിവാക്കിയതാണ് മുകുന്ദന്റെ നോവലുകൾക്ക് കൂടുതൽ ജനപ്രിയത ലഭിച്ചതെന്ന അഭിപ്രായത്തെ എങ്ങനെ കാണുന്നു?

സരസ്വതി നദി ആർക്കും കാണാൻ കഴിയാത്ത അദൃശ്യമായ ഒരു നദിയാണ്. കഥയിലും നോവലിലും സിദ്ധാന്തങ്ങളുടെ സാന്നിദ്ധ്യം അങ്ങനെയായിരിക്കണം. അതവിടെയുണ്ട്. പക്ഷേ, ദൃശ്യഗോചരമല്ല. എഴുത്തിനുപുറകിൽ ആഴത്തിലുള്ള ചിന്ത ആവാം. പക്ഷേ, ആ ചിന്തകൾ തന്നെ നോവലോ കഥയോ ആകുമ്പോഴാണ് പ്രശ്നം. അത് ഫിക്ഷനെ സങ്കീർണ്ണമാക്കുന്നു. അങ്ങനെ എഴുതുന്നവർ നമ്മുടെ ഭാഷയിലും വിദേശരാജ്യങ്ങളിലുമുണ്ട്. ഈ വർഷം സാഹിത്യത്തിനുള്ള നോബേൽ സമ്മാനം ലഭിച്ച അബ്ദുൾറസാക്ക് ഗുർണ എഴുത്തിലെ ലാളിത്യത്തിന് എതിരായി സംസാരിച്ചിട്ടുണ്ട്.

കഥയും നോവലും കവിതയുമൊക്കെ ഇന്ന് വളരെ സജീവമാണ്. പരമ്പരാഗത മാധ്യമ സ്ഥാപനങ്ങൾപോലും പുതിയ എഴുത്തുകാരെ പ്രോത്സാഹിപ്പിക്കുകയാണ്. സൂക്ഷ്മജീവിതത്തെ ചിത്രീകരിക്കുവാൻ അവർ ഉത്സാഹം കാണിക്കുന്നു. എപ്പോഴും പുതിയ തലമുറയെ ശ്രദ്ധിക്കുന്ന ഒരെഴുത്തുകാരൻ എന്ന നിലയിൽ പുതിയ സാഹിത്യരീതികളെക്കുറിച്ചുള്ള നിരീക്ഷണമെന്താണ്?

–നമ്മൾ ശ്രദ്ധിക്കേണ്ട ഒരു വസ്തുത കഥയും നോവലുമൊക്കെ പ്രസിദ്ധീകരിക്കാൻ ഇന്ന് എളുപ്പമാണ് എന്നതാണ്. നിരവധി ആഴ്ചപ്പതിപ്പുകളും മാസികകളും പ്രസിദ്ധീകരണശാലകളും ഇന്നുണ്ട്.

ഓൺലൈൻ പ്രസിദ്ധീകരണങ്ങൾ വേറെയും. ഞാൻ എഴുതിത്തുടങ്ങുന്ന കാലത്ത് തുടക്കക്കാർക്ക് ഒരു കഥ പ്രസിദ്ധീകരിച്ചു കിട്ടുക എന്നത് വളരെ ബുദ്ധിമുട്ടുള്ള കാര്യമായിരുന്നു. *മാതൃഭൂമി* ആഴ്ചപ്പതിപ്പിൽ എഴുതിയാലെ എഴുത്തുകാരനായി അംഗീകരിക്കപ്പെടുകയുള്ളൂ. ഒരു കഥ കിട്ടിയാൽ അതിന്റെ ഗുണമേന്മകൾ നിശിതമായി പരിശോധിച്ച് വിലയിരുത്തുന്നവരായിരുന്നു അന്നത്തെ പത്രാധിപന്മാർ. ഇന്ന് ആ അവസ്ഥ പാടേ മാറിയിരിക്കുകയാണ്. ആഴ്ചകൾതോറും മാസങ്ങൾ തോറും ആനുകാലികങ്ങളുടെ താളുകൾ നിറയ്ക്കേണ്ടതുണ്ട്. അതിന് ധാരാളം കഥയും കവിതയും നോവലും വേണം. അതുകൊണ്ട് രചനകളുടെ സാഹിത്യമൂല്യം ഗൗരവപൂർവ്വം വിലയിരുത്താതെ തന്നെ പത്രാധിപന്മാർ അവ പ്രസിദ്ധീകരിക്കുന്നു. ഇതു ഒരു വശം. മറുവശം, എണ്ണമറ്റ എഴുത്തുകാർ ഇന്ന് നമ്മുടെ ഭാഷയിലുണ്ട്. എഴുത്തിന്റെ കാര്യത്തിൽ ഒരു ജനാധിപത്യവല്ക്കരണം സംഭവിച്ചിരിക്കുന്നു. ആർക്കും എഴുതാം. എന്തും എഴുതാം. അതൊക്കെ പ്രസിദ്ധീകരിക്കാൻ സ്പെയ്സുണ്ട്. അങ്ങനെ കഥകളുടെയും കവിതകളുടെയും ഒരു പ്രളയമാണ് നാമിന്ന് കാണുന്നത്. ഈ ബാഹുല്യങ്ങളിൽനിന്ന് അതിശയകരമായ പ്രതിഭയാൽ അനുഗൃഹീതരായ എഴുത്തുകാർ ഉയർന്നുവരികയും ചെയ്യുന്നു. ലോകത്തിലെ ഏത് ഭാഷകളിലെയും രചനകളോട് കിടപിടിക്കുന്ന കഥകൾ നമ്മുടെ യുവ കഥാകാരന്മാർ എഴുതുന്നുണ്ട്. എനിക്ക് തോന്നുന്നത്, കഥാസാഹിത്യമാണ് ഇന്ന് ഏറ്റവും വികസിതവും സമ്പന്നവുമെന്നാണ്. പുതിയ കഥാകൃത്തുകളുടെയും നോവലിസ്റ്റുകളുടെയും പൊതുവായ രീതി പ്രാദേശികതയിലേക്ക് ചുരുങ്ങുന്നു എന്നതാണ്. ജീവിതത്തിന്റെ ബാഹ്യാവസ്ഥകളെക്കാൾ സൂക്ഷ്മതലങ്ങളാണ് അവർ ആവിഷ്കരിക്കുന്നത്. അതേസമയം ചില എഴുത്തുകാരെങ്കിലും പ്രാദേശികതയുടെ വലയങ്ങളിൽനിന്നു പുറത്ത് കടന്ന് എഴുതുന്നുണ്ട്. ചക്രവാളങ്ങൾക്കപ്പുറമുള്ള അപരിചിത ലോകം അവർ നമുക്ക് കാണിച്ചുതരുന്നുണ്ട്. ബെന്യാമിനും ടി ഡി രാമകൃഷ്ണനുമാണ് അവരിൽ പ്രമുഖർ. അവരുടെയൊക്കെ രചനകൾ പുറം ലോകത്തേക്ക് എത്തിക്കാൻ പ്രഗത്ഭരായ ഒരു നിര വിവർത്തകരും നമുക്കിന്നുണ്ട്. നമ്മുടെ കഥാസാഹിത്യം മുമ്പോട്ടേക്ക് കുതിക്കുകയാണ്. ഇംഗ്ലീഷിൽ മൊഴിമാറ്റം ചെയ്ത ഒരു മലയാളം നോവലിന് ബുക്കർ ഇന്റർനാഷണൽ പുരസ്കാരം കിട്ടാനുള്ള സാദ്ധ്യത തെളിഞ്ഞുവരുന്നുണ്ട്. ആർക്കായിരിക്കുമത്? സുഭാഷ്ചന്ദ്രനോ? ബെന്യാമിനോ? ടി ഡി രാമകൃഷ്ണനോ? എസ് ഹരീഷിനോ? അല്ലെങ്കിൽ മറ്റുവല്ലവർക്കുമോ? നമുക്ക് കാത്തിരുന്ന് കാണാം.

ദേശം, കാലം, സംസ്കാരം ഇവയുടെ കൃത്യമായ ലയനം മാഷിന്റെ നോവലുകളിലുണ്ട്. ദേശത്തെ അടയാളപ്പെടുത്തുന്നതോടൊപ്പം ഓരോ കാലത്തിന്റെയും അഭിരുചികളെയും അവയുടെ സാംസ്കാരിക രീതികളെയും നോവലിലേക്ക് വരച്ചിടുന്നു. ദേശമെഴുത്ത് നോവലിന്റെ ആഖ്യാ

നത്തിലും പ്രമേയത്തിലും വരുത്തിയ സ്വാധീനം വ്യക്തമാക്കാമോ?

–എഴുത്തുകാരനിൽ തീവ്രമായ അളവിൽ സർഗ്ഗാത്മകതയുണ്ടെങ്കിൽ എഴുത്തുകാരൻ എവിടെയിരുന്നും ഏത് ദേശത്തിരുന്നും എഴുതും. പക്ഷേ, ഉള്ളിൽ വീർപ്പുമുട്ടിക്കുന്ന സർഗ്ഗപ്രവാഹത്തെ വെറുതെ പുറത്തേക്ക് തുറന്നുവിട്ടാൽ മാത്രം പോരല്ലോ. എത്രയെഴുതുന്നുവെന്നതല്ല എന്തെഴുതുന്നു, എങ്ങനെയെഴുതുന്നുവെന്നതാണ് എഴുത്തുകാരനെ അടയാളപ്പെടുത്തുന്നത്. ഒരു സാഹിത്യരചനയുടെ സ്വഭാവം നിർണ്ണയിക്കുന്നതിൽ എഴുത്തുകാരൻ ജീവിക്കുന്ന ദേശത്തിന് വലിയൊരു പങ്കുണ്ട്. എന്റെ എഴുത്തിൽ വൈവിദ്ധ്യമുണ്ടായത് ഞാൻ ദീർഘകാലം ഡൽഹിയിൽ ജീവിച്ചതുകൊണ്ടും രാജ്യത്തിനുപുറത്ത് ഇത്തിരി യാത്രകൾ ചെയ്തതുകൊണ്ടുമാണ്. ഞാൻ മയ്യഴി വിട്ടുപോയിരുന്നില്ലെങ്കിലും *മയ്യഴിപ്പുഴയുടെ തീരങ്ങൾ* എഴുതുമായിരുന്നു. *ഡൽഹിഗാഥ*കളോ *ഒരു ദളിത് യുവതിയുടെ കദന കഥ*യോ പോലുള്ള നോവലുകൾ എഴുതുവാൻ ഒരിക്കലും കഴിയുമായിരുന്നില്ല. കടന്നുപോകുന്ന സ്ഥലങ്ങൾ എന്നെ വല്ലാതെ സ്വാധീനിക്കാറുണ്ട്. ഏതെങ്കിലും ഒരു പ്രദേശത്ത് രണ്ടുദിവസം താമസിച്ചാൽ മതി, ഉടനെ ആ പ്രദേശത്തെക്കുറിച്ച് കഥയെഴുതാൻ തോന്നും. ഞാൻ സഞ്ചരിച്ച ദേശങ്ങളാണ് എന്റെ രചനകൾക്ക് ശരീരങ്ങൾ നല്കുന്നതെന്നു പറയാം.

"എഴുത്തിന് സ്വന്തമായൊരു ദൈവമുണ്ടെന്ന് ഞാൻ വിശ്വസിക്കുന്നു. എത്ര തന്നെ പ്രതിഭയുണ്ടെങ്കിലും എത്രതന്നെ സമയമുണ്ടെങ്കിലും എഴുത്തുദൈവത്തിന്റെ അനുഗ്രഹമില്ലെങ്കിൽ ആർക്കും എഴുത്തുകാരനാകാൻ കഴിയില്ലെന്നു ഞാൻ വിശ്വസിക്കുന്നു." ഇത്തരമൊരു നിരീക്ഷണത്തിന് കാരണമെന്തായിരിക്കും. മറ്റാരിൽനിന്നും കേൾക്കാത്ത ഒരു ചിന്ത എന്ന നിലയിലാണ് എഴുത്തുദൈവത്തെക്കുറിച്ചുള്ള എന്റെ ചോദ്യം.

ഇതൊരു കുഴയ്ക്കുന്ന ചോദ്യമാണല്ലോ. ധാരാളം പ്രതിഭയുണ്ടായിട്ടും എഴുതി മുന്നോട്ടുപോകാൻ കഴിയാതെ പോകുന്ന ചിലരുണ്ട്. ഉദാഹരണത്തിന് ചെറിയാൻ കെ ചെറിയാൻ എന്ന കവിയും ജയദേവൻ എന്ന കഥാകൃത്തും. അസാമാന്യമായ പ്രതിഭയുള്ളവരായിരുന്നു അവർ രണ്ടുപേരും. ഗംഭീരമായിരുന്നു അവരുടെ തുടക്കം. പിന്നീട് അതിനു തുടർച്ചയുണ്ടായില്ല. രണ്ടുപേരും എനിക്ക് അടുത്തറിയുന്നവരായിരുന്നു. അവരെപ്പോലെ എഴുത്തുദൈവം കൈവിട്ട എത്രയോ പേർ വേറെയുമുണ്ടാകാം.

ഒരു പുഴ, അതിന്റെ തീരത്തെ സമൂഹം, ഭാഷ, സംസ്കാരം, അവരെ സ്വാധീനിച്ച വൈദേശികത ഇതൊക്കെ എത്ര ഹൃദ്യമായിട്ടാണ് മയ്യഴിപ്പുഴയുടെ തീരങ്ങളിൽ അവതരിപ്പിക്കുന്നത്. ലളിതമായ ഭാഷയും പ്രാദേശികതയും ഈ നോവലിനെ കൂടുതൽ ഉജ്ജ്വലമാക്കി. മയ്യഴിയിലെ ഭാഷ വായിക്കപ്പെടുമോ എന്ന ആശങ്കയുണ്ടായിരുന്നോ?

– വളരെ ചെറുപ്പത്തിൽ, ഇരുപത്തിയഞ്ച് വയസ്സിലാണ് ഞാൻ *മയ്യഴിപ്പുഴയുടെ തീര*ങ്ങളിൽ എഴുതിത്തുടങ്ങിയത്. ഒരു കുട്ടി സ്ലെറ്റിൽ എഴുതുന്നത് പോലെയായിരുന്നു ആ എഴുത്ത്. സാഹിത്യസിദ്ധാന്തങ്ങളൊക്കെ എന്റെ തലയിലേക്ക് തള്ളിക്കയറി വന്നത് അതിനുശേഷമാണ്. അന്ന് ഭാഷയെക്കുറിച്ച് ആരും അധികമൊന്നും ചിന്തിച്ചിരുന്നില്ല. സാഹിത്യകൃതികളെ വിലയിരുത്തുവാനുള്ള ഒരു ടൂളായി ഭാഷ മാറുന്നത് കുറെ കാലം കഴിഞ്ഞിട്ടാണ്. ഞാൻ തന്നെയാണ് എന്റെ ഭാഷ എന്ന് എം ടി ഒരിക്കൽ പറഞ്ഞിട്ടുണ്ട്. ഭാഷയ്ക്കുള്ളിലാണ് നമ്മുടെ പരമ്പര്യങ്ങളും സംസ്കൃതിയും സൂക്ഷിച്ചുവച്ചിട്ടുള്ളതെന്നും, നമ്മൾ ജീവിക്കുന്നതുപോലും ഭാഷയ്ക്കുള്ളിലാണെന്നുമുള്ള ബോധം എനിക്കുണ്ടാകുന്നത് അങ്ങനെ കുറെ കാലം കഴിഞ്ഞിട്ടാണ്. മയ്യഴിപ്പുഴയിലെ ഭാഷ സ്വാഭാവികമായി ഉരുത്തിരിഞ്ഞുവന്നതാണ്. അതിന്റെ പിന്നിൽ ബോധപൂർവ്വമായ ഒരു ശ്രമവും ഉണ്ടായിരുന്നില്ല. കഥാപാത്രങ്ങളോടൊപ്പംതന്നെ നോവലിന്റെ ഭാഷയുമുണ്ടായി. പ്രാദേശിക ഭാഷയെ ഞാൻ ബോധപൂർവ്വം കൈകാര്യം ചെയ്യുന്നത് *കുട നന്നാക്കുന്ന ചോയി*യുടെയും *നൃത്തം ചെയ്യുന്ന കുട*കളുടെയും രചനാവേളകളിലാണ്. നശിച്ചുപോകുന്ന മയ്യഴിയിലെ പ്രാദേശിക ഭാഷയെ വീണ്ടെടുക്കുവാനുള്ള ഒരു ശ്രമം ഞാൻ നടത്തി. തിരുവിതാംകൂർ ഭാഷയും തൃശ്ശൂർ ഭാഷയും വള്ളുവനാടൻ ഭാഷയുമൊക്കെ നോവലുകളിൽ വന്നിട്ടുണ്ട്. മയ്യഴി തലശ്ശേരി ഭാഷയിൽ അധികമൊന്നും ആരും എഴുതിയിട്ടില്ല. താങ്കൾ സൂചിപ്പിച്ചതുപോലെ എന്റെ നോവലുകളിലെ ഈ വടക്കൻ ഭാഷ തെക്കുള്ളവർ എങ്ങനെ സ്വീകരിക്കുമെന്ന ആശങ്ക എന്നിലുണ്ടായിരുന്നു. എന്നാൽ അത് അസ്ഥാനത്തായിരുന്നു. ഞാനൊരിക്കൽ കൊല്ലത്തുപോയപ്പോൾ ഒരാൾ സംസാരമദ്ധ്യേ പറഞ്ഞു: എന്തൊരു ലാച്ചാർ പിടിച്ചൊരു കാലമാണിത്. ലാച്ചാർ എന്ന പ്രയോഗം അവർ സ്വീകരിച്ചുകഴിഞ്ഞിരിക്കുന്നു.

"കിളി വന്നു വിളിച്ചപ്പോൾ" എന്ന നോവലിനെ മലയാളത്തിലെ ആദ്യത്തെ പാരിസ്ഥിതിക നോവൽ, ആദ്യത്തെ പാരിസ്ഥിതിക സ്ത്രീവാദ നോവൽ എന്നിങ്ങനെ വിശേഷിപ്പിക്കാറുണ്ട്. എന്നാൽ അത്തരമൊരു പരിസരത്തിൽ ഈ നോവൽ കൂടുതൽ പഠനവിധേയമായതായി കാണുന്നില്ല. പാരിസ്ഥിതിക ചിന്തകൾക്ക് പ്രാധാന്യമുള്ള പുതിയ കാലത്ത് ഈ നോവൽ കൂടുതൽ വായന ആവശ്യപ്പെടുന്നില്ലേ?

ഇതൊരു നല്ല നോവലാണ്. എന്തുകൊണ്ടാണ് അതിന് സാഹിത്യ വിമർശകരുടെയും വായനക്കാരുടെയും ശ്രദ്ധ ലഭിക്കാതെ പോയതെന്ന് ഞാൻ സ്വയം ചോദിക്കാറുണ്ട്. അതിന്റെ ശീർഷകമാണ് പ്രശ്നമായതെന്ന് തോന്നുന്നു. കിളി എന്ന വാക്ക് പലർക്കും അലർജിയാണ്. പുസ്തകത്തിന്റെ കവറിൽ കിളിയെ കണ്ടാൽ അവരത് മാറ്റി വെക്കും. 'കിളി വന്നു വിളിച്ചപ്പോൾ' എന്ന ശീർഷകം മാറ്റി ഈ നോവലിന് പുതിയൊരു

പതിപ്പ് ഇറക്കിയാലോ എന്ന് ഞാൻ ആലോചിക്കുന്നുണ്ട്. ഒരു പുതിയ ശീർഷകം ഞാൻ കണ്ടെത്തിയിട്ടുമുണ്ട്. 'കാട്ടുമൃഗങ്ങൾവന്ന് ഗർജ്ജിച്ചപ്പോൾ' എന്നാണത്.

കുട നന്നാക്കുന്ന ചോയിയിലെ മാധവൻ ഒരിക്കൽ കമ്യൂണിസ്റ്റായിരുന്നു. പിന്നീടയാൾ സംഘപരിവാറിന്റെ ആശയങ്ങൾക്കൊപ്പം ജീവിക്കുകയായിരുന്നു. പരിവാർ രാഷ്ട്രീയത്തിൽനിന്നും മാധവനെ തിരിച്ചുകൊണ്ടുവരുന്നതിനുവേണ്ടിയാണോ 'നൃത്തം ചെയ്യുന്ന കുടകൾ' എഴുതിയത്?

–മയ്യഴിയിലെ എന്റെ വീടിന്റെ പരിസരം ചുവന്നിട്ടായിരുന്നു. വീടിന്റെ മുമ്പിലെ അതേ റോഡിലായിരുന്നു *മയ്യഴിപ്പുഴയുടെ തീരങ്ങളി*ലെ കമ്യൂണിസ്റ്റുകാരനായ കുഞ്ഞനന്തൻ മാസ്റ്റർ എന്ന കഥാപാത്രത്തിന് ആധാരമായ ജയരാമൻ മാസ്റ്റർ താമസിച്ചിരുന്നത്. എന്റെ വീടിന്റെ വടക്കുവശത്ത് കുന്നിലേക്ക് കയറിപ്പോകുന്ന നിരത്തിൽ ഉശിരുള്ള ഡി വൈ എഫ് ഐ ക്കാർ താമസിച്ചിരുന്നു. ഒരുദിവസം ഞാൻ ഉണർന്നു നോക്കുമ്പോൾ വീടിന്റെ ചുറ്റുമതിലിനോട് ചേർന്ന് നില്ക്കുന്ന പ്ലാവിൻമേൽ കാവിക്കൊടി പാറുന്നതാണ് കണ്ടത്. യുവാക്കൾ കാവിയുടുത്തും നെറ്റിയിൽ ചന്ദനം ചാർത്തിയും നടക്കുന്നു. *കുട നന്നാക്കുന്ന ചോയി*യിലെ മാധവൻ ഈ വഴിതെറ്റിയ യുവതയെയാണ് പ്രതിനിധീകരിക്കുന്നത്. മാധവനെ മയ്യഴിയുടെ പ്രബുദ്ധതയിലേക്ക് തിരിച്ചു കൊണ്ടുവരേണ്ടത് ആവശ്യമായിരുന്നു. *നൃത്തം ചെയ്യുന്ന കുടകളി*ൽ ഞാനത് ചെയ്തു. മാധവനെ വീണ്ടെടുത്തതിൽ ഒരുപാട് വായനക്കാർ ആഹ്ലാദിച്ചിരുന്നു.

ജേർണലിസത്തിന്റെ ദളിത് വിരുദ്ധ മനോഭാവം ഗൗരവമായി ചർച്ചചെയ്യപ്പെടുന്നതിനു മുൻപാണ് ഒരു ദളിത് യുവതിയുടെ കദനകഥ എന്ന നോവൽ വരുന്നത്. ദളിതരോടും സ്ത്രീകളോടുമുള്ള മാധ്യമനിലപാടുകൾ കൂടുതൽ രൂക്ഷമാകുകയല്ലേ.

– ഈ നോവലിനുള്ളിൽ ഒരു നാടകമുണ്ടല്ലോ. ഡൽഹിയിലെ നാഷണൽ സ്കൂൾ ഓഫ് ഡ്രാമയിൽ (NSD) നിന്നാണ് ഇത് ഇഴചേർന്ന് രൂപപ്പെട്ടു വന്നത്. ഓഫീസ് വിട്ടാൽ ചിലപ്പോൾ ഞാൻ NSD യിൽ ചെല്ലും. അവിടെ എനിക്ക് സുഹൃത്തുക്കൾ ഉണ്ടായിരുന്നു. കുമാരവർമ്മ അവിടെ പ്രൊഫസറായിരുന്നു. ഡയറക്ടർ രാം ഗോപാൽ ബജാജുമായും എനിക്ക് നല്ല അടുപ്പമുണ്ടായിരുന്നു. വിദ്യാർത്ഥികളോടും അദ്ധ്യാപകരോടുമൊപ്പം സംസാരിച്ചും റിഹേഴ്സൽ കണ്ടും അവിടുത്തെ ക്യാന്റീനിൽനിന്ന് ഒരു ചായയും സമോസയും കഴിച്ചിട്ടും മാത്രമേ ഞാൻ വീട്ടിൽ പോകാറുള്ളൂ. ആ ക്യാന്റീനിൽ നിന്നാണ് എന്റെ പല സൗഹൃദങ്ങളും വളർന്നത്. രാജ്യത്തിന്റെ പല ഭാഗങ്ങളിൽനിന്നും വരുന്ന വിദ്യാർത്ഥികളെ അവിടെ കാണാം. കൂട്ടത്തിൽ ദളിത് വിദ്യാർത്ഥികളുമുണ്ടാകും. ക്യാന്റീനിൽ ചായ കുടിച്ചുകൊണ്ടിരിക്കുമ്പോൾ ഒരു ദളിത് വിദ്യാർത്ഥിനി സവർണ്ണരിൽ

നിന്ന് ഏല്ക്കേണ്ടിവരുന്ന അപമാനത്തെക്കുറിച്ച് പറയുകയുണ്ടായി. അവിടെ നിന്നാണ് ഈ നോവലിന്റെ ബീജാവാപം നടന്നത്. ഇതിൽ രണ്ട് പ്രമേയങ്ങളാണ് ഞാൻ ഇടകലർത്തി ആഖ്യാനം ചെയ്യാൻ ശ്രമിച്ചത്. ദളിത് വിദ്യാർത്ഥിനിക്കുണ്ടായ ജാതീയമായ അപമാനവും മാധ്യമങ്ങളുടെ ദയാരാഹിത്യവും. സവർണ്ണ മേധാവിത്തവും മാധ്യമനിഷ്ഠുരതകളും ഒത്തുചേരുമ്പോൾ ദളിതരെപ്പോലുള്ളവരുടെ ജീവിതം ഒരു ദുരന്തമായി മാറും.

ഇപ്പോൾ സൈബർ കാലമാണ്. ഒളിച്ചിരുന്നു വർത്തമാനം പറയുന്നവരുടെയും മുഖംമൂടി അണിഞ്ഞവരുടെയും കാലമാണിത്. ആര്, എന്ത്, എങ്ങനെ എന്നൊന്നും ആർക്കും തിരിച്ചറിയാൻ കഴിയുന്നില്ല. മനുഷ്യത്വം എന്ന അവസ്ഥയ്ക്ക് നേരേയിട്ട ഒരു കർട്ടനാണ് സൈബർ കാലം. പ്രശ്നനിർഭരമായ ആ കാലമാണ് നൃത്തത്തിലുള്ളത്. സൈബർഭാഷയെ നന്നായി ഉപയോഗിക്കാനും ഈ നോവലിന് കഴിഞ്ഞിട്ടുണ്ട്. സൈബർ കുറ്റകൃത്യങ്ങളുടെ പശ്ചാത്തലത്തിൽ ഈ നോവലിന്റെ പുനർവായനയ്ക്ക് അനന്തമായ സാദ്ധ്യതയുണ്ടല്ലോ.

–ഇന്റർനെറ്റിന്റെ ഉപയോഗം വ്യാപകമാകുന്നതിനു എത്രയോ മുമ്പാണ് *നൃത്തം* എന്ന ഈ നോവൽ ഞാനെഴുതിയത്. ആദ്യമായി ഹോട്ട്മെയിലിൽ ഒരു സന്ദേശം കിട്ടിയത് ഞാനിപ്പോഴും ഓർക്കുന്നു. അന്ന് ജിമെയിൽ ഉണ്ടായിരുന്നില്ല. ആ ഇ–മെയിലിൽ നോക്കിയിരിക്കുമ്പോൾ ഒരു കാര്യം ഞാൻ ശ്രദ്ധിക്കുവാനിടയായി. അതെവിടെ നിന്നാണ് വന്നതെന്ന സൂചന അതിലുണ്ടായിരുന്നില്ല. എവിടെ നിന്നുമാകാം. തൊട്ടയൽപക്കത്തു നിന്നാകാം. അല്ലെങ്കിൽ ഭൂമിയുടെ മറുഭാഗത്തുനിന്നാകാം. ഇ–മെയിൽ സ്ഥലരാശികളെ മായ്ച്ചുകളയുന്നു. നമ്മെ മേൽവിലാസമില്ലാത്തവരാക്കുന്നു. അറുപതുകളിൽ ഞാൻ കൈകാര്യം ചെയ്ത സ്വത്വനിരാസമെന്ന വിഷയത്തിന്റെ ഒരു സൈബർ എക്സ്റ്റൻഷനായി ഞാൻ ഇ–മെയിലിനെ കാണുകയായിരുന്നു. ആ കാലത്തിൽനിന്നു ഇന്റർനെറ്റിന്റെ ലോകം വളരെയധികം വികസിച്ച് വലുതായിരിക്കുന്നു. നമ്മളിലെ ജൈവികത നഷ്ടപ്പെട്ട് നമ്മൾ വെറും ഒരു ഉല്പന്നമായി മാറിയിരിക്കുന്നു. ഗൂഗിൾ ആണ് പുതിയ കാലത്തെ ദൈവം. ആ ദൈവത്തിന്റെ സഹായത്തോടെ ആരെല്ലാമോ നമ്മെ നിയന്ത്രിക്കുന്നു. ഭരിക്കുന്നു. ഭീതിദമായ ഒരവസ്ഥയിലേക്കാണ് സൈബർ ലോകം നമ്മെ കൊണ്ടുപോകുന്നത്. വൈകാതെ ആത്മാവ് ചോർന്നുപോയ വെറും യന്ത്രമനുഷ്യരായ അടിമകളായി നമ്മൾ മാറും. ആ വരുംകാലത്തിലേക്കുള്ള ഒരു പ്രവേശികയാണ് *നൃത്തം* എന്ന നോവൽ.

സോഷ്യൽമീഡിയ ഉത്തരവാദിത്വത്തോടെ പെരുമാറുന്നില്ലെന്ന അഭിപ്രായമുണ്ടല്ലോ. വെറുതെ ശബ്ദമുണ്ടാക്കുന്നവരുടെയും അവഹേളിക്കുന്ന

വരുടെയും ഇടമായി സോഷ്യൽമീഡിയ മാറിയിട്ടുണ്ടോ?

സോഷ്യൽമീഡിയ എന്ന് പറയുമ്പോൾ ആദ്യം നമ്മുടെ മനസ്സിൽ തെളിയുന്നത് ഫെയ്സ്ബുക്കാണ്. ഏറ്റവും ജനകീയമാണിത്. വളരെ സാധാരണക്കാരായ ആളുകൾക്കുപോലും സംവാദങ്ങളിൽ പങ്കെടുക്കുവാനും സ്വന്തം അഭിപ്രായം പ്രകടിപ്പിക്കുവാനുമുള്ള ഒരു വേദിയാണ് എഫ് ബി. വളരെ താല്പര്യത്തോടെയും ആവേശത്തോടെയുമാണ് ഞാൻ എന്നും ഫെയ്സ്ബുക്ക് തുറന്നുനോക്കിയത്. ജനപങ്കാളിത്തത്തിന്റെ വ്യാപ്തി കണ്ട് ഒരുപാട് സന്തോഷിച്ചു. പക്ഷേ, ക്രമേണ അതൊരു ആൾക്കൂട്ടത്തിന്റെ ശബ്ദമുഖരിതമായ ചന്തസ്ഥലിയായി മാറുന്നതാണ് കണ്ടത്. സാങ്കേതികവിദ്യ നല്കിയ ഈ വിലപിടിച്ച സാദ്ധ്യതകൾ ഗൗരവത്തോടെ ഉപയോഗിക്കുന്നതിനു പകരം മറ്റുള്ളവരെ അവഹേളിക്കുവാനും ആത്മരതി വെളിപ്പെടുത്താനുമുള്ള ഒരിടമാക്കി അതിനെ ചിലർ മാറ്റി. അശ്ലീലം എഴുതുകയും അശ്ലീല ഫോട്ടോകൾ പോസ്റ്റ് ചെയ്യുന്നതും ഒരു പതിവായി. കഷ്ടം!

ഡൽഹി ഗാഥകളിലെ സഹദേവൻ ആത്മാംശമുള്ള കഥാപാത്രമാണെന്ന് പറഞ്ഞിട്ടുണ്ട്. ആത്മാംശമുള്ള കഥാപാത്രങ്ങളെ സൃഷ്ടിക്കുന്നതാണോ കൂടുതൽ പ്രയാസകരം?

–ഞാനെന്ത് നോവൽ എഴുതുമ്പോഴും കഥാനായകന്മാരിൽ ആത്മാംശങ്ങൾ കടന്നുവരും. ഞാനറിയാതെ ഞാൻ കഥാനായകനിൽ ഒരു പരകായപ്രവേശം നടത്തും. പിന്നെ നോവൽ പൂർത്തിയായാൽ പുനർവായനയിൽ കഥാനായകന്മാരിൽ കടന്നുകൂടിയ ആത്മാംശങ്ങളെ ഞാൻ ഒരു അരിപ്പകൊണ്ടെന്നപോലെ കോരിയെടുത്ത് നശിപ്പിക്കും. എഴുതിത്തീർത്ത നോവലിനെ ശുദ്ധീകരിക്കുന്ന ഒരു പ്രക്രിയയുണ്ട്. ആ പ്രക്രിയയുടെ ഭാഗമാണ് ആത്മാംശങ്ങളെ അരിച്ചെടുത്ത് ഒഴിവാക്കുന്നത്. എന്നാൽ ചില കഥാനായകന്മാരുടെ കാര്യത്തിൽ ഇത് അസാദ്ധ്യമാണ്. *മയ്യഴിപ്പുഴയുടെ തീരങ്ങളിലെ* ദാസനിലും *ഡൽഹിഗാഥ*കളിലെ സഹദേവനിലും ഞാനുണ്ട്. എന്നെ അവരിൽനിന്നു വേർപെടുത്തുവാൻ കഴിയുകയില്ല. അതിനു ശ്രമിച്ചാൽ ആ കഥാനായകന്മാർക്ക് നിലനില്പ്പുണ്ടാകില്ല. കഥാനായകനും നോവലിസ്റ്റും ഒന്നായിത്തീരുന്ന അവസ്ഥയാണത്. ഒരു കഥാനായകനിൽ ഞാനുണ്ട് എന്ന് പറയുമ്പോൾ ആ കഥാനായകൻ കാഴ്ചയിൽ എന്നെപ്പോലെയാകണമെന്നില്ല. എന്നെപ്പോലെ നടക്കുകയും സംസാരിക്കുകയും ചെയ്യണമെന്നുമില്ല. ഞങ്ങൾ രണ്ടുപേരുടെയും ലോകവീക്ഷണം ഒന്നാണ് എന്നേ അതിനർത്ഥമുള്ളൂ. ഒരു കഥാനായകനിൽ എത്രമാത്രം ആത്മാംശങ്ങൾ ആവാം? അതാണ് ഞാൻ നേരിടുന്ന പ്രശ്നം. ഞാൻ എഴുതുമ്പോൾ തന്നെ എഡിറ്റിങ് നടത്തുന്ന ആളാണ്. അതായത് ഒരു കൈയിൽ പേനയും മറുകൈയിൽ കത്രികയുമായാണ് ഞാൻ എഴുതാൻ ഇരിക്കുന്നത്. അത് ആരാച്ചാരുടെ പണിയാണ്. കത്രിക

ചിലപ്പോൾ ആവേശം കൊള്ളും. ഞാൻ കഷ്ടപ്പെട്ട് കണ്ടെത്തിയ സങ്കല്പങ്ങളും ഇമേജുകളുമെല്ലാം കത്രിക കണ്ടിച്ചുകളയാൻ തുടങ്ങും. കത്രികയെ നിയന്ത്രിക്കേണ്ടത് രചനാപ്രക്രിയയുടെ ഒരു ഭാഗമാണ്. എന്റെയുള്ളിലുള്ള എന്നെ ഞാൻ പല കഥാനായകന്മാർക്കായി വീതിച്ചു നല്കിയിരിക്കുന്നു. ഇനി വരാൻപോകുന്ന കഥാനായകന്മാർക്ക് നല്കാൻ ആത്മാംശങ്ങളൊന്നും അവശേഷിച്ചിരിപ്പില്ല. അതുകൊണ്ട് ഞാനില്ലാത്ത കഥനായകന്മാരായിരിക്കും ഇനിയുള്ള എന്റെ നോവലുകളിൽ. അവർ സ്വതന്ത്രരായിരിക്കും.

"മലയാളം വായിക്കാൻ അയാൾക്ക് കൊതി തോന്നുന്നു. ആ കൊതി നിയന്ത്രിക്കാൻ കഴിയാതെവരുമ്പോൾ അയാൾ കേരള ക്ലബ്ബിലേക്ക് പോകും. ഒന്നാംനിലയിലെ ക്ലബ്ബിലേക്കുള്ള ഇരുണ്ട കോണിപ്പടി ഓടിക്കയറും. കിതച്ചുകൊണ്ട് വായനാമുറിയിലെ നീണ്ട മേശയ്ക്കരികിൽ ചെന്നിരുന്ന മലയാള പത്രങ്ങളും ആഴ്ചപ്പതിപ്പോ മാസികയോ മുറുകെ പിടിക്കും. മറ്റാരെങ്കിലും അതെടുക്കാതിരിക്കാനാണ് അയാൾ അങ്ങനെ ചെയ്യുന്നത്." ഡൽഹിഗാഥകളിലെ സഹദേവന്റെ മാതൃഭാഷാ സ്നേഹം വ്യക്തമാണ്. കേരളത്തിനുപുറത്ത് ധാരാളം വർഷം ജിവിച്ചപ്പോഴും മറ്റൊരു ഭാഷയിൽ എഴുതണമെന്ന് ആഗ്രഹിച്ചിരുന്നോ? ഇംഗ്ലീഷിൽ എഴുതുമ്പോൾ ലഭിക്കുന്ന പ്രാധാന്യവും പ്രശസ്തിയും തിരിച്ചറിഞ്ഞിട്ടും അതിന് തയ്യാറാകാതിരുന്നത് എന്തുകൊണ്ടാണ്?

എനിക്ക് മാതൃഭാഷയിലല്ലാതെ മറ്റൊരു ഭാഷയിലും കഥയും നോവലും എഴുതാൻ കഴിയുകയില്ല. ലേഖനങ്ങൾ എഴുതാൻ കഴിയും. പണ്ട് *ഇന്ത്യാ ടുഡേ* ഇംഗ്ലീഷിൽ പതിവായി പുസ്തകനിരൂപണങ്ങൾ എഴുതിയിട്ടുണ്ട്. *ഇന്ത്യൻ എക്സ്പ്രസിൽ* എല്ലാ ആഴ്ചയും ഒരു കോളവുമുണ്ടായിരുന്നു. ജോലിചെയ്തിരുന്ന എംബസിയിലെ അംബാസഡർമാർക്കുവേണ്ടി ധാരാളം പ്രഭാഷണങ്ങൾ ഇംഗ്ലീഷിലും ഫ്രഞ്ചിലും എഴുതിയിട്ടുണ്ട്. എന്നിരിക്കിലും എനിക്ക് സർഗ്ഗാത്മകരചനകൾ മലയാളത്തിൽ മാത്രമേ എഴുതാൻ സാധിക്കുകയുള്ളൂ.

മയ്യഴിയുടെ സ്വാതന്ത്ര്യസമരത്തിൽ രക്തസാക്ഷികളായ കമ്യൂണിസ്റ്റുകാരെ ചരിത്രകാരന്മാർ അവഗണിച്ചുവെന്നും ആ ചരിത്രത്തെയാണ് മയ്യഴിപ്പുഴയുടെ തീരങ്ങളിലൂടെ ഓർമ്മിച്ചതെന്നും മാഷ് പറഞ്ഞിട്ടുണ്ട്. ചരിത്രരചനകളിൽ കമ്യൂണിസ്റ്റുകാരുടെ ജീവിതവും പോരാട്ടവും രേഖപ്പെടുത്താതിരിക്കുന്നത് ബോധപൂർവ്വമാണെന്ന് കരുതുന്നുണ്ടോ?

–മയ്യഴിയുടെ സ്വാതന്ത്ര്യസമരത്തിന് നേതൃത്വം നല്കിയത് കോൺഗ്രസുകാരും സോഷ്യലിസ്റ്റുകാരും ഉൾക്കൊള്ളുന്ന മഹാജനസഭയായിരുന്നു. അതിന്റെ തലപ്പത്തുണ്ടായിരുന്നത് മയ്യഴി ഗാന്ധിയെന്ന് അറിയപ്പെടുന്ന ഐ കെ കുമാരൻ മാസ്റ്ററായിരുന്നു. എല്ലാ അർത്ഥത്തിലും

ഗാന്ധിയൻ മൂല്യങ്ങൾ ഉൾക്കൊള്ളുന്ന, മയ്യഴിയുടെ സ്വാതന്ത്ര്യത്തിനു വേണ്ടി ആത്മാർപ്പണം ചെയ്ത ഋഷിതുല്യനായ ഒരു വ്യക്തിയായിരുന്നു കുമാരൻ മാസ്റ്റർ. എങ്കിലും മയ്യഴിയുടെ വിമോചനത്തിനുവേണ്ടി നെഞ്ചിൽ വെടിയേറ്റു വാങ്ങിയ രക്തസാക്ഷികൾ രണ്ടുപേരും കമ്യൂണിസ്റ്റുകാരായ അച്യുതനും അനന്തനുമായിരുന്നു. ചെറുകല്ലായിലെ ഫ്രഞ്ച് പട്ടാളക്യാമ്പ് മോചിപ്പിക്കാനുള്ള ശ്രമത്തിനിടയിലാണ് അവർക്ക് വെടിയേറ്റത്. ഔദ്യോഗികമായി ഒരു അംഗീകാരമോ ബഹുമതിയോ അവർക്ക് ലഭിച്ചിട്ടില്ല. ചരിത്രരേഖകളിൽനിന്ന് അവരെ മായ്ച്ചുകളയാനുള്ള ബോധപൂർവ്വമായ ശ്രമങ്ങൾ നടന്നിട്ടുണ്ട്. *മയ്യഴിപ്പുഴയുടെ തീരങ്ങൾ* ഒരു ചരിത്രനോവലല്ല. ചരിത്രം അതിൽ ഒരു കഥാപാത്രം മാത്രമാണ്. അതുകൊണ്ട് സ്വാഭാവികമായും അച്യുതനെയും അനന്തനെയും ഞാനതിൽ കോറിയിട്ടു. അങ്ങനെയെങ്കിലും വരുംകാലം അവരെ ഓർക്കട്ടെ. അത്രയുംചെയ്യാൻ കഴിഞ്ഞതിൽ എനിക്ക് ചാരിതാർത്ഥ്യമുണ്ട്.

മയ്യഴിയിലെ പ്രാദേശിക ഭാഷയോടുള്ള സ്നേഹമാണ് കുട നന്നാക്കുന്ന ചോയി എഴുതാനുള്ള കാരണമെന്ന് പറഞ്ഞിട്ടുണ്ട്. ഭാഷയെ സൂക്ഷിക്കുന്നതിനുവേണ്ടിയുള്ള നോവൽ എന്ന ആശയത്തിന്റെ പ്രസക്തിയെന്താണ്?

–ഓരോ തവണ ഡൽഹിയിൽനിന്ന് അവധിയിൽ വരുമ്പോഴും മയ്യഴിയുടെ തനതുഭാഷ ക്ഷയിച്ചുവരുന്നത് ഞാൻ ശ്രദ്ധിക്കുവാനിടയായി. എവിടെയെങ്കിലും അടയാളപ്പെടുത്തി വെച്ചില്ലെങ്കിൽ വൈകാതെ അത് പൂർണ്ണമായി നഷ്ടപ്പെടുമെന്ന ചിന്ത എന്നെ വ്യാകുലപ്പെടുത്തി. പക്ഷേ, എവിടെ, എങ്ങനെ അടയാളപ്പെടുത്തിവെക്കും? *കുട നന്നാക്കുന്ന ചോയി* മനസ്സിൽ തളിർത്തുവന്നപ്പോൾ അത് മയ്യഴിയുടെ പ്രാദേശികഭാഷയിൽ എഴുതുവാൻ തീരുമാനിക്കുകയായിരുന്നു. നഷ്ടഭാഷ നോവലിനുള്ളിൽ സംരക്ഷിക്കപ്പെടുമെന്ന് തോന്നി. നോവലിൽ ഭാഷാപ്രയോഗത്തിന് അമിതമായ ഊന്നൽ നല്കിയാൽ അത് ആസ്വാദനക്ഷമതയെ ശിഥിലമാക്കിയെന്നു വരാം. നാട്ടുകാർ പോലും മറന്നുപോയ തനി പ്രാദേശികമായ വാക്കുകളും ശൈലികളും സ്വാഭാവികമായ രീതിയിൽ നോവലിൽ സന്നിവേശിപ്പിക്കുക എന്നത് രചനാപരമായ ഒരു വെല്ലുവിളി തന്നെയായിരുന്നു. എഴുതുമ്പോൾ ആശങ്കയുണ്ടായിരുന്നു. വായനക്കാരുടെ ശ്രദ്ധ നോവലിന്റെ പ്രമേയത്തിൽനിന്നും അതുയർത്തുന്ന രാഷ്ട്രീയ സമസ്യകളിൽനിന്നും തെന്നി മാറിപ്പോകുമോ എന്ന് ഭയപ്പെട്ടിരുന്നു. പക്ഷേ, അങ്ങനെ സംഭവിച്ചില്ല. ദീർഘകാലം അന്യനാട്ടിൽ ജീവിച്ച ഞാനെങ്ങനെ എല്ലാവരും മറന്നുപോയ ഈ ഭാഷ ഓർത്തെടുത്തുവെന്ന് മയ്യഴിയിലെ കാരണവന്മാർ പോലും ചോദിച്ചു. *കുട നന്നാക്കുന്ന ചോയി*യുടെ തുടർച്ചയായ *നൃത്തം ചെയ്യുന്ന കുടകളി*ലൂടെ തുടങ്ങിവെച്ച ദൗത്യം പൂർത്തിയാക്കുകയായിരുന്നു ഞാൻ.

എഴുത്തുകാരൻ ഭാഷ നിർബ്ബന്ധമായും പുതുക്കിപ്പണിയണമെന്നും അല്ലെങ്കിൽ നിലനില്പുണ്ടാവുകയില്ലെന്നും മാഷ് പറഞ്ഞിട്ടുണ്ട്. എല്ലാ കാലത്തും ഒരേ ഭാഷ ഉപയോഗിച്ചതാണ് ഒ വി വിജയന്റെ പ്രശ്നമെന്നും അങ്ങ് സൂചിപ്പിച്ചു. ഭാഷയുടെ നവീകരണത്തിൽ ഒ വി വിജയൻ പരാജയമായിരുന്നുവെന്ന അഭിപ്രായത്തിന് ഏറെ വിമർശനങ്ങൾ കേൾക്കേണ്ടി വന്നല്ലോ?

–കുറേക്കാലത്തിനുശേഷം വിജയനെ വീണ്ടും വായിച്ചപ്പോൾ ഭാഷയുടെ ആവർത്തനം അലോസരപ്പെടുത്തി. അത് ഞാൻ എവിടെയോ സൂചിപ്പിക്കുകയുണ്ടായി. അല്ലാതെ വിജയനെ വിമർശിക്കുവാനൊന്നും തുനിഞ്ഞിട്ടില്ല. അതിന്റെ ആവശ്യവുമില്ല. വിജയന്റെ ചിന്തയിലും എഴുത്തിലും സംസാരത്തിലും അസാധാരണമായ മൗലികതയുണ്ട്. നമ്മുടെ മറ്റൊരെഴുത്തുകാരനിലും ഇത് കാണില്ല. സാഹിത്യത്തിലെ വിജയൻമുദ്ര ഈ മൗലികതയാണ്. മഹാപ്രതിഭയാൽ അനുഗൃഹീതനാണെങ്കിലും വിജയൻ വളരെ ദുർബ്ബലനും ആത്മവിശ്വാസക്കുറവുള്ളവനുമായ എഴുത്തുകാരനായിരുന്നു. വിമർശനത്തെ വിജയൻ ഭയപ്പെട്ടിരുന്നു. ദുർബ്ബലനായിട്ടാണോ *ധർമ്മപുരാണ*മെഴുതിയത് എന്ന് ചോദിച്ചേക്കാം. ഗുസ്തിക്കാരെപ്പോലെ ധൈര്യശാലികളായവരല്ല മൗലിക ചിന്തകൾ ഉല്പാദിപ്പിക്കുന്ന ദുർബ്ബലചിത്തരാണ് പലപ്പോഴും ചരിത്രത്തിന്റെ ഗതിവിഗതികൾ നിയന്ത്രിക്കുന്നത് എന്നാണ് എന്റെ അഭിപ്രായം. ഏത് പറകൊണ്ട് അളന്നാലും ഏത് ത്രാസിലിട്ട് തൂക്കിയാലും തീരാത്തത്ര സർഗ്ഗാത്മകതയുടെ നിറവ് വിജയനിലുണ്ടായിരുന്നു. കുറച്ചുകാലം കൂടി ജീവിച്ചിരുന്നെങ്കിൽ, വീണ്ടും നോവലുകൾ എഴുതിയിരുന്നെങ്കിൽ തന്റെ ആഖ്യാനരീതിയും ഭാഷയും വിജയൻ മാറ്റിയെടുക്കുമായിരുന്നു. ആ തിരിച്ചറിവ് ഉണ്ടാകുന്നതിനു മുമ്പ് വിജയൻ പോയി.

വായനയെ മൂന്ന് ഘട്ടങ്ങളായി വേർതിരിക്കുന്ന മാഷിന്റെ ഒരു പ്രഭാഷണം കേട്ടിട്ടുണ്ട്. വായിക്കുന്നതിനുവേണ്ടി വായിച്ചുതുടങ്ങിയ ഒന്നാംഘട്ടം, മറ്റുള്ളവരുടെ ജീവിതം മനസ്സിലാക്കുന്നതിനുവേണ്ടി വായിച്ച രണ്ടാംഘട്ടം. സാമൂഹ്യപ്രശ്നങ്ങൾ ചിത്രീകരിക്കുന്നത് എങ്ങനെയാണെന്ന് മനസ്സിലാക്കുവാനായി വായിച്ച മൂന്നാംഘട്ടം. വാസ്തവത്തിൽ ഇതിൽ ഏത് ഘട്ടത്തോടാണ് കൂടുതൽ ആഭിമുഖ്യം തോന്നുന്നത്?

പതിന്നാലാം വയസ്സിലാണ് ഞാൻ കഥയും നോവലും വായിക്കാൻ തുടങ്ങിയത്. എന്നും ഓർക്കുന്ന ഒരു വായനക്കാലമാണത്. അത് പുതിയ ജീവിതക്കാഴ്ചകൾ മുമ്പിൽ തുറന്നിട്ടു. ബഷീറിന്റെയും ഉറൂബിന്റെയും കേശവ്ദേവിന്റെയും പൊറ്റെക്കാടിന്റെയും പുസ്തകങ്ങൾ വായിച്ച് ഞാൻ അമ്പരന്നിരുന്നു. വായനയിൽനിന്നു ലഭിച്ച നവീനമായ ലോകാനുഭവങ്ങൾ അതുവരെ ഞാൻ ജീവിച്ച എന്റെ ചെറുലോകത്തെ അതിരുകളില്ലാത്ത ഒന്നാക്കി മാറ്റി. ഞാൻ യുവാവായി മാറിയപ്പോൾ സമൂഹം വായ

നയിലേക്കു പാഞ്ഞുകയറി. പിന്നീട് എന്ത് വായിക്കുമ്പോഴും കണ്ണുകൾ സമൂഹത്തെ തിരഞ്ഞു. ചിലപ്പോൾ ഇപ്പറഞ്ഞതെല്ലാം വായനയിൽ ഇട കലരും. ഒന്നിനെ മറ്റൊന്നിൽനിന്നു വേർതിരിക്കാൻ കഴിയാതെ പോകും. ഞാൻ എന്റെ യഥാർത്ഥ ജീവിതം ജീവിക്കുന്നത് വായനയിലൂടെയാണ്. അന്നും ഇന്നും.

ഇതുപോലെ തന്നെ എഴുത്തുജീവിതത്തെയും മാഷ് മൂന്ന് ഘട്ടങ്ങളായി തിരിക്കുന്നുണ്ട്. തനിക്കുവേണ്ടി മാത്രം എഴുതിയ ആദ്യഘട്ടം, തനിക്ക് പറയാനുള്ള കാര്യങ്ങൾ മറ്റുള്ളവരെ അറിയിക്കാൻവേണ്ടി എഴുതിയ രണ്ടാമത്തെ ഘട്ടം, എല്ലാം നേടിയിട്ടും ആന്തരികവ്യഥ അനുഭവിക്കുന്ന വരെ ആവിഷ്കരിക്കുന്ന മൂന്നാംഘട്ടം. അങ്ങനെയാണെങ്കിൽ എഴുത്തു ജീവിതത്തിന്റെ അടുത്ത ഘട്ടത്തിൽ അഭിമുഖീകരിക്കുന്ന പ്രധാന പ്രശ്നം എന്തായിരിക്കും?

വായനയുടെ കാര്യത്തിൽ പറഞ്ഞതുതന്നെയാണ് എഴുത്തിലും സംഭവിക്കുന്നത്. ആദ്യം ഞാൻ എന്നെത്തന്നെ ചുമന്നു നടന്നെഴുതി. പിന്നീട് സമൂഹത്തെയും ചുമന്നു നടന്നെഴുതി. ഇനിയങ്ങോട്ട് ഞാൻ ആ ഭാരങ്ങൾ ഇറക്കിവെച്ച് എഴുതട്ടെ. ഞാനിപ്പോൾ എന്റെ എഴുത്തുജീവി തത്തിന്റെ അവസാനഘട്ടത്തിൽ എത്തിനില്ക്കുകയാണ്. ഇപ്പോൾ ഞാനൊരു കാര്യം മനസ്സിലാക്കുന്നു. എഴുതുമ്പോൾ ഞാൻ ബോധ പൂർവ്വം എന്നെക്കുറിച്ചോ സമൂഹത്തെക്കുറിച്ചോ ചിന്തിക്കേണ്ട ആവശ്യ മില്ല. എഴുത്ത് അതിന്റെ പാട്ടിന് പോകട്ടെ. എന്റെ എഴുത്തിൽ ഞാൻ പറയാതെതന്നെ മാനവികതയും മതനിരപേക്ഷതയും നൈതികതയും ഉണ്ടാകും.

"ഡൽഹിയിലല്ലായിരുന്നെങ്കിൽ ഞാൻ മറ്റൊരു മുകുന്ദനാകുമായിരുന്നു. രചനാപരമായ പരീക്ഷണങ്ങൾക്കൊന്നും മുതിരാത്ത സാമ്പ്രദായിക രീതിയിലുള്ള ഒരെഴുത്തുകാരൻ. ലോകത്തിന്റെ സ്പന്ദനങ്ങൾ പിടിച്ചെ ടുക്കാൻ പറ്റിയൊരിടമാണ് ഡൽഹി." മാഷ് ഒരിക്കൽ പറഞ്ഞിട്ടുണ്ട്. പക്ഷേ, ഇപ്പോൾ ഡൽഹിയിൽനിന്നും ഗ്രാമത്തിലേക്ക് വന്നല്ലോ. സ്ഥലം മാറിയതിൽ ദുഃഖിതനാണോ?

–ഇല്ല. ഡൽഹിയിൽ ദീർഘകാലം ജീവിച്ച് പലതരം ജീവിതങ്ങൾ കണ്ടിട്ടാണ് ഞാൻ മടങ്ങിയത്. ഇനിയെന്ത് കാണാൻ? എഴുത്തുകാരൻ യൗവനകാലത്ത് മഹാനഗരത്തിൽ പോയി ജീവിക്കുന്നതാണ് നല്ലത്. ജീവി തത്തിന്റെ ആഴവും പരപ്പും വൈവിദ്ധ്യവും മനസ്സിലാക്കാൻ അത് സഹാ യിക്കും. നാട്ടുമ്പുറങ്ങളിൽ കാണാൻ കഴിയാത്ത വിധം സർഗ്ഗാത്മകത യുടെ നിറവ് മഹാനഗരങ്ങളിൽ കാണാൻ കഴിയും. ഡൽഹിയെന്ന മഹാ നഗരത്തിൽ ഇരുന്നാണ് ഒ വി വിജയൻ ഗ്രാമത്തിന്റെ കഥയായ *ഖസാക്കിന്റെ ഇതിഹാസം* എഴുതിയത്. ആനന്ദിന്റെ അനന്യസാധാരണമായ

ധൈഷണികതയും സർഗ്ഗാത്മകതയും ആഖ്യാനരീതിയും നഗരങ്ങളുടെ സൃഷ്ടിയാണ്. അപ്പോൾ ബഷീർ ഏത് നഗരത്തിന്റെ സൃഷ്ടിയാണെന്ന ചോദ്യം ഉയർന്നേക്കാം. ബഷീർ തന്റെ പ്രതിഭയാൽ ആ പരിമിതികളെ മറികടക്കുകയാണ് ചെയ്തത്. നാട്ടുമ്പുറങ്ങളിൽ ഇരുന്ന് എഴുതാൻ കഴിയുകയില്ലെന്നല്ല. കഴിയും. അതിന് പരിമിതികളുണ്ടാകുമെന്ന് മാത്രം. നഗരങ്ങൾ നല്കുന്ന തീവ്രാനുഭവങ്ങൾ നാട്ടിൻപുറങ്ങളിൽനിന്ന് കിട്ടുകയില്ല. കേരളത്തിൽ ജീവിക്കുന്ന ഒരു എഴുത്തുകാരന് വിഭജനകാലത്തെ രക്തച്ചൊരിച്ചിൽ കാണാൻ, യുദ്ധങ്ങൾ, സിഖ് നരഹത്യ കാണാൻ അവസരം ലഭിക്കുമായിരുന്നോ?

ചലച്ചിത്ര രൂപത്തിലേക്കുള്ള കൃതികളുടെ മൊഴിമാറ്റം പലപ്പോഴും വിവാദത്തിലോ അതൃപ്തിയിലോ ആണ് പരിസമാപിക്കുന്നത്. അടൂർ-സക്കറിയ വിവാദം നമ്മുടെ മുമ്പിലുണ്ട്. ദൈവത്തിന്റെ വികൃതികളുടെ ചലച്ചിത്രത്തിലേക്കുള്ള രൂപമാറ്റം തൃപ്തികരമായിരുന്നോ? അനുകല്പന (Adaptation) യുടെ സാദ്ധ്യതകളെ എങ്ങനെ കാണുന്നു?

–എഴുതി പ്രശസ്തനായപ്പോൾ പലരും നോവലുകൾ സിനിമയാക്കാൻ വന്നിരുന്നു. *മയ്യഴിപ്പുഴയുടെ തീരങ്ങൾ* സിനിമയാക്കാൻ ആദ്യം വന്നത് രാമു കാര്യാട്ടായിരുന്നു. *ചെമ്മീനിനു* ശേഷമായിരുന്നു അത്. ഒരു വട്ടം ചർച്ചകൾ നടന്നിരുന്നു. അതിനിടയിൽ അദ്ദേഹം നമ്മെ വിട്ടുപോയി. ഒരു പ്രശസ്തമായ നോവലിന് ചലച്ചിത്രഭാഷ്യം നല്കുന്നത് എളുപ്പമല്ല. എന്തുകൊണ്ടെന്നാൽ ആ നോവൽ വായനക്കാരുടെ മനസ്സിലുണ്ടാകും. സിനിമ കാണുമ്പോൾ അവർ മനസ്സിലെ നോവലും ഒപ്പം കാണും. നോവലും സിനിമയും ഒന്നല്ല. നോവൽ മറ്റൊരു മാധ്യമത്തിലേക്ക് പകർത്തുമ്പോൾ ഒരുപാട് മാറ്റങ്ങൾ വരുത്തേണ്ടിവരും. നോവൽ എഴുത്തുകാരൻ തനിയെ ഇരുന്ന് എഴുതുന്നതാണ്. സിനിമ അങ്ങനെയല്ല. അതൊരു ആൾക്കൂട്ടത്തിന്റെ സൃഷ്ടിയാണ്. എന്റെ പല നോവലുകളും സിനിമയായിട്ടുണ്ട്. എനിക്ക് അതൊട്ടും തൃപ്തി നല്കിയിട്ടില്ല. തമ്മിൽ ഭേദം ലെനിൻ രാജേന്ദ്രൻ ചെയ്ത *ദൈവത്തിന്റെ വികൃതികളാ*ണ്. അതിനും ധാരാളം പോരായ്മകളുണ്ടായിരുന്നു. ആ പടം സംസ്ഥാന സർക്കാരിന്റെ ഏറ്റവും നല്ല സിനിമയ്ക്കുള്ള പുരസ്കാരം നേടി. *ദൈവത്തിന്റെ വികൃതികൾ* രക്ഷപ്പെട്ടു പോയത് രഘുവരന്റെ മിഴിവാർന്ന അഭിനയം കൊണ്ടാണ്. ഒരുകാലത്ത് നമ്മുടെ ഭാഷയിലെ നോവലുകളിൽ നിന്നാണ് നമ്മുടെ മികച്ച ചലച്ചിത്രങ്ങൾ ഉണ്ടായത്. തകഴിയുടെയും ഉറൂബിന്റെയും എം ടിയുടെയും ബഷീറിന്റെയുമൊക്കെ നോവലുകൾ ചലച്ചിത്രങ്ങളായിട്ടുണ്ടല്ലോ. ഒരു നല്ല നോവൽ വായിക്കുന്നതുപോലെയുള്ള അനുഭവമാണ് ഒരു നല്ല സിനിമ കാണുക എന്നത്. ഇപ്പോഴും നമ്മുടെ ഭാഷയിൽ മികച്ച നോവലുകൾ ഉണ്ടാകുന്നുണ്ട്. ബെന്യാമിന്റെയും എസ് ഹരീഷിന്റെയും നോവലുകൾ ജെ സി ബി പുരസ്കാരം നേടി രാജ്യാന്തര ശ്രദ്ധയാകർഷിച്ചു. നോവൽ സാഹിത്യത്തിലുണ്ടായ

മാതിരി ഒരു കുതിപ്പ് നമ്മുടെ സമകാലീന സിനിമയിൽ ഉണ്ടാകുന്നില്ല. ഇപ്പോഴും ഞാൻ കാണുന്നത് നമ്മുടെ പഴയകാല സിനിമകളാണ്. *നീലക്കുയിൽ* തുടങ്ങി *സുകൃതം* വരെ. എനിക്ക് നൂറുതവണ കണ്ടാലും മതിവരാത്ത രണ്ട് ചലച്ചിത്രങ്ങളാണ് ബെർഗ്മാന്റെ *വൈൽഡ് സ്റ്റ്രോബറീസും* തർക്കോവ്സ്കിയുടെ *നൊസ്റ്റാൾജിയ*യും. ഞാൻ ഒരുപാട് ഫ്രഞ്ച് ന്യൂ വേവ് സിനിമകൾ കണ്ടിട്ടുണ്ട്. ആരെയെങ്കിലും ഞാൻ ആരാധിക്കുന്നുണ്ടെങ്കിൽ അത് റഷ്യക്കാരനായ തർക്കോവ്സ്കിയെയാണ്. ചലച്ചിത്രലോകത്തിലെ ഈശ്വരനാണ് തർക്കോവ്സ്കി.

ചലച്ചിത്രം മികവുറ്റതാകുന്നത് ദൃശ്യഭംഗികൊണ്ടല്ലെന്നും രാഷ്ട്രീയംകൊണ്ടാണെന്നും അപ്പോഴാണ് ചലച്ചിത്രം ലോകോത്തരമായി മാറുന്നതെന്നും മാഷ് പറഞ്ഞിട്ടുണ്ട്. പ്രമേയത്തെക്കാൾ ടെക്നോളജിക്ക് പ്രാധാന്യം നല്കുന്ന ചലച്ചിത്രങ്ങളെ എങ്ങനെ വീക്ഷിക്കുന്നു.?

– ദൃശ്യഭംഗി കൊണ്ടുമാത്രം ഒരു ചലച്ചിത്രം മഹത്തരമാകില്ലെന്നാണ് എന്റെ വിശ്വാസം. പ്രമേയത്തിനും അതിന്റെ ആവിഷ്കാര രീതികൾക്കും ഒരു സിനിമയുടെ മൂല്യനിർണ്ണയത്തിൽ വലിയ പങ്കുണ്ട്. ടെക്നോളജിയുടെ സൃഷ്ടിയായ സിനിമയെ ടെക്നോളജി തന്നെ ഇല്ലായ്മ ചെയ്യുന്ന കാഴ്ചയാണ് നാമിപ്പോൾ കാണുന്നത്. കഴിയുന്നത്ര ടെക്നോളജിയുടെ പൊലിപ്പ് ഒഴിവാക്കി സിനിമ ചെയ്യാൻ കഴിയണം. ഇനി വരുന്ന കാലത്ത് അത്തരം ചലച്ചിത്രങ്ങൾക്കായിരിക്കും പ്രസക്തി.

കേസരി, എം പി പോൾ, മുണ്ടശ്ശേരി, കെ പി അപ്പൻ, വി രാജാകൃഷ്ണൻ, ആഷാമേനോൻ തുടങ്ങിയവരെല്ലാം ഓരോ കാലത്തിലെയും കഥയുടെ ഗതിവിഗതികളെ തിരിച്ചറിഞ്ഞവരായിരുന്നു. ഇവരുടെകാലത്ത് കഥകൾക്ക് പുതിയ അർത്ഥവും പരികല്പനയും ലഭിച്ചു. പക്ഷേ, സമീപകാലത്ത് ശ്രേഷ്ഠമായ നിരൂപണങ്ങൾ ഉണ്ടാകുന്നില്ലല്ലോ?

–ശ്രേഷ്ഠനിരൂപണങ്ങൾ പാടേ ഉണ്ടാകുന്നില്ലെന്ന് നമുക്ക് പറയാൻ കഴിയില്ല. കഥാസാഹിത്യത്തെക്കുറിച്ച് ഡോ. കെ എസ് രവികുമാറും നോവൽസാഹിത്യത്തെക്കുറിച്ച് ഡോ. പി കെ രാജശേഖരനും ആഴത്തിലുള്ള പഠനങ്ങൾ നടത്തുന്നുണ്ട്. ഡോ. എസ് എസ് ശ്രീകുമാറിനെപ്പോലുള്ള മറ്റു പലരും നവീനമായ ഉൾക്കാഴ്ചകളോടെ സജീവമായി എഴുതുന്നുണ്ട്. പിന്നെ താങ്കളടക്കമുള്ള പ്രഗത്ഭരായ ഒരു പുതുനിര വിമർശകരും തെളിഞ്ഞുവന്നിട്ടുണ്ട്. പ്രശ്നം സാഹിത്യവിമർശകരുടെ അഭാവമല്ല. നിരൂപണസാഹിത്യത്തിന് ആനുകാലികങ്ങൾ സ്പെയ്സ് നല്കുന്നില്ല എന്നതാണ് പ്രശ്നം. ദുർമ്മേദസ്സു നിറഞ്ഞ, നീട്ടി വലിച്ചെഴുതിയ ഒരു കഥയ്ക്ക് പത്രാധിപർ പതിനഞ്ച് പേജുകൾ നല്കും. എന്നാൽ ഒരു നോവൽ പഠനത്തിന് രണ്ട് പേജുപോലും നല്കാൻ പലർക്കും മടിയാണ്. പണ്ട് ആഴ്ചപ്പതിപ്പുകളുടെ എല്ലാ ലക്കങ്ങളിലും ഒരു പുസ്തകനിരൂപണം ഉണ്ടാകുമായിരുന്നു. ആ അവസ്ഥ നമുക്ക് തിരിച്ചുപിടിക്കണം.

പുതുതായിവരുന്ന ഉൾക്കനമുള്ള കൃതികൾ കണ്ടെത്തി വിശ്വാസ്യത സൂക്ഷിക്കുന്ന പ്രഗത്ഭരായ വിമർശകരെ കൊണ്ട് നിരൂപണം ചെയ്യിക്കണം. അത്തരം നിരൂപണങ്ങൾ ആനുകാലികങ്ങളുടെ എല്ലാ ലക്കങ്ങളിലും ഉണ്ടാകണം. എന്നാലേ കെ പി അപ്പന്റെ ആ സുന്ദരകാലം നമുക്ക് വീണ്ടെടുക്കാൻ കഴിയൂ.

പാശ്ചാത്യ നിരൂപകർക്ക് അമിത പ്രാധാന്യം ലഭിക്കുന്നവിധത്തിൽ മലയാളസാഹിത്യം മാറിയിട്ടുണ്ടോ? ദെറിദയും ഫൂക്കോയും ഇല്ലാതെ ആർക്കും നിരൂപണം എഴുതാൻ കഴിയാത്ത അവസ്ഥയാണ്. കൃത്രിമമായി ഉപയോഗിക്കുന്ന അല്ലെങ്കിൽ നിരന്തരം ഉപയോഗിക്കുന്ന ചില വാക്കുകളുടെ പ്രയോഗങ്ങളും ഇവരിൽ കാണാം. മലയാളനിരൂപണം മലയാളത്തിൽ എഴുതാൻ കഴിയാതെ പോകുന്നതിനെക്കുറിച്ച് ആലോചിച്ചിട്ടുണ്ടോ?

– നമ്മുടെ സാഹിത്യത്തിലെ ആധുനികത പാശ്ചാത്യ നാടുകളിൽ നിന്നും ഇറക്കുമതി ചെയ്തതാണെന്ന് പല വിമർശകരും ആരോപിച്ചിട്ടുണ്ട്. പ്രദീപൻ പാമ്പിരിക്കുന്ന് പോലും അങ്ങനെ പറഞ്ഞിട്ടുണ്ട്. അങ്ങനെ പറയുന്നവർ ഫൂക്കോവിനെയും ദെരിദയെയും ഉദ്ധരിക്കുന്നവരാണ്. സ്വന്തം വാദമുഖങ്ങൾക്ക് ബലം നല്കാൻ പാശ്ചാത്യ സൈദ്ധാന്തികരുടെ ആശയങ്ങൾ കടം വാങ്ങുന്നവരാണ്. ഫൂക്കോയും ദെരിദയും പാശ്ചാത്യരല്ലേ? ദളിതരെക്കുറിച്ച് എഴുതുമ്പോൾ പ്രശ്നവല്ക്കരിക്കുക, കർതൃത്വം, അപരൻ തുടങ്ങിയ വാക്കുകൾ പതിവായി ഉപയോഗിച്ചുവരുന്നു. ദളിതർക്ക് അതൊക്കെ മനസ്സിലാകുമോ? ദളിതരെക്കുറിച്ച് അവർക്ക് മനസ്സിലാകുന്ന ഭാഷയിൽ എഴുതിയാൽ എന്താണ് കുഴപ്പം? ഫ്രാൻസിലുള്ളതിലേറെ ദെരിദമാരും ഫൂക്കോമാരും കേരളത്തിലുണ്ട്. സമകാലീന പാശ്ചാത്യ സൈദ്ധാന്തികരെ ചോദ്യം ചെയ്തുകൊണ്ട് വി സി ശ്രീജൻ ഒരിക്കൽ ഒരു ഗംഭീര ലേഖനമെഴുതിയിരുന്നു. കേരളത്തിലെ ഫൂക്കോമാരും ദെരിദമാരും പ്രതികരിച്ചില്ല. ആധുനികത പാശ്ചാത്യ നാടുകളിൽനിന്നു കടമെടുത്തതാണെന്ന് പറയുന്ന നമ്മുടെ വിമർശകർ എഴുതുന്നത് പാശ്ചാത്യ സിദ്ധാന്തങ്ങൾ കടമെടുത്താണ്. ഒരു നവവിമർശകൻ ശ്രീനാരായണഗുരുവിനെക്കുറിച്ച് എഴുതിയ ലേഖനം വായിക്കാനെടുത്ത എന്റെ കണ്ണ് ആദ്യം പതിഞ്ഞത് ജോർജ്ജ് പെരക്കിലാണ്. "e" എന്ന അക്ഷരം ഒരിടത്തും ഉപയോഗിക്കാതെ ഒരു നോവൽ എഴുതിയ പരീക്ഷണകുതുകിയായ ഫ്രഞ്ച് സാഹിത്യകാരനാണ് ജോർജ്ജ് പെരക്. ഒരു പാശ്ചാത്യ ചിന്തകനെയോ എഴുത്തുകാരനെയോ പരാമർശിക്കാതെ ശ്രീനാരായണഗുരുവിനെക്കുറിച്ചുപോലും എഴുതാൻ കഴിയാത്തവരാണ് ആധുനികത പാശ്ചാത്യ നാട്ടിൽനിന്നു ഇറക്കുമതി ചെയ്തതാണെന്ന് ആരോപിക്കുന്നത്. വല്ലാതെ സങ്കടം തോന്നുന്നു.

കവികളെക്കുറിച്ചും കവിതയെക്കുറിച്ചും മാഷ് എഴുതിയതായി കാണു

ന്നില്ലല്ലോ. ഗദ്യത്തോടുള്ള അമിതമായ വാത്സല്യമാണോ ഇതിനു കാരണം?

കവിത വായിക്കാറുണ്ട്. പഴയ കവിതകളാണ് വായിക്കാനിഷ്ടം. ഫിക്ഷനാണ് എന്റെ പ്രിയപ്പെട്ട മാധ്യമം. എന്റെ വായനയും ആലോചനയും എഴുത്തുമെല്ലാം അതിനു ചുറ്റുമാണ്. പിന്നെ ഇന്ന് എല്ലാവരും കവികളാണ്. കവിതകൾ ഇല്ലാതെയാവുകയും കവികൾ മാത്രം ഉണ്ടാകുകയും ചെയ്യുന്ന ഒരു കാലമാണിത്.

ആധുനികതയുടെ അസ്തിത്വപ്രശ്നങ്ങളും അസംബന്ധ ദർശനങ്ങളുമൊക്കെ ചിത്രീകരിക്കാൻ ചിത്രകലാ സങ്കേതങ്ങൾ ഉപയോഗിച്ചിട്ടുണ്ടല്ലോ. ദാലി, റെനെ മാഗ്രിറ്റ് തുടങ്ങിയവരുടെ ശൈലി രചനാരീതിയെ സ്വാധീനിച്ചിട്ടുണ്ടോ?

–എന്റെ സംവേദനശീലങ്ങളെ രൂപപ്പെടുത്തുന്നതിൽ ചിത്രകലയും സംഗീതവും വലിയൊരു പങ്കു വഹിച്ചിട്ടുണ്ടെന്നാണ് എന്റെ വിശ്വാസം. സർറിയലിസത്തിന്റെ പ്രകടമായ സ്വാധീനം 'ചിറകുകളുള്ള തീവണ്ടി' എന്ന കഥയിൽ കാണാൻ കഴിയും. അമേരിക്കയിലെ മിഷിഗൻ യൂണിവേഴ്സിറ്റി പ്രസ് പ്രസിദ്ധീകരിച്ച എന്റെ കഥാസമാഹാരത്തിൽ ഈ കഥയുണ്ട്. സർറിയലിസ്റ്റ് ചിത്രകാരനായ റെനെ മാഗ്രിറ്റ് ഒരു പൂവിനെ വരച്ച് അതിന്റെ താഴെ ഇത് പൂവല്ല എന്ന് എഴുതിവയ്ക്കുന്ന യുക്തിബോധം എന്നെ ആകർഷിച്ചിരുന്നു. സർറിയലിസത്തിൽ ഭ്രമകല്പനയുടെയും സ്വപ്നത്തിന്റെയും തലങ്ങളുണ്ട്. അതൊക്കെ എന്റെ സൂക്ഷ്മബോധത്തിൽ ലയിച്ചിട്ടുണ്ടാവണം. ആദ്യകാല നോവലായ ഡൽഹിയുടെ ഭാഷയ്ക്ക് ഞാൻ പിക്കാസോവിനോട് കടപ്പെട്ടിരിക്കുന്നു. എന്റെ രചനകളിലെ ചിത്രകലാ സ്വാധീനത്തെക്കുറിച്ച് സ്മിതാഗോപൻ ഒരു ഗവേഷണ പ്രബന്ധം തയ്യാറാക്കിയിട്ടുണ്ട്. 'ആധുനികതയുടെ ഘടകങ്ങൾ–ചിത്രകലയിലും നോവലിലും' എന്നായിരുന്നു വിഷയം. ഡൽഹി എന്ന നോവലിനെ മുൻനിർത്തിയാണ് ഇതിലൊരദ്ധ്യായം എഴുതിയിരിക്കുന്നത്. ആധുനിക കലാദർശനം *ഡൽഹിയിലും* പാശ്ചാത്യചിത്രകലയിലും എന്നായിരുന്നു ആ അദ്ധ്യായത്തിന് നല്കിയ പേര്. തുടർന്ന് അത് പുസ്തകമായി പ്രസിദ്ധീകരിക്കുകയും ചെയ്തിട്ടുണ്ട്.

"സംഗീതത്തെക്കുറിച്ച് മനോഹരമായ ഒരു കാര്യമുണ്ട്. അത് നിങ്ങളെ ബാധിക്കുമ്പോൾ നിങ്ങൾക്ക് വേദന തോന്നുന്നില്ല." ബോബ് മർലിയാണ് ഇങ്ങനെ പറയുന്നത്. അങ്ങയുടെ പല കഥാപാത്രങ്ങളും ആന്തരിക സംഘർഷങ്ങളിൽനിന്നും രക്ഷപ്പെടുന്നതിനുവേണ്ടി സംഗീതത്തിലേക്ക് പലായനം ചെയ്യുന്നുണ്ടല്ലോ?

– *ആദിത്യനും മറ്റു ചിലരും* എന്ന നോവലിലെ കേന്ദ്രകഥാപാത്രമായ ആദിത്യന് ജീവിതത്തിൽ ഒരു സംഗീതജ്ഞൻ ആകാനായിരുന്നു

മോഹം. ആ മോഹം മാതാപിതാക്കളുടെ സമ്മർദ്ദത്താൽ ആദിത്യന് ഉപേക്ഷിക്കേണ്ടിവന്നു. ഈ നോവലിൽ നിറയെ സംഗീതമുണ്ട്. സംഗീതം എന്നാൽ നമ്മളിൽ ഭൂരിഭാഗം ആളുകൾക്കും സിനിമാ പാട്ടാണ്. മറ്റ് തെന്നിന്ത്യൻ ഭാഷാ സംസ്ഥാനങ്ങളിൽ ഉള്ളവരെപ്പോലെ നമുക്ക് ശാസ്ത്രീയ സംഗീതത്തിന്റേതായ ഒരു പാരമ്പര്യമില്ല. അതിൽ താല്പര്യവുമില്ല. സിനിമാപ്പാട്ടുകളിലേക്ക്, പ്രത്യേകിച്ച് നൃത്തം ചെയ്യാനുള്ള താളനിബദ്ധമായ, ഒരർത്ഥവുമില്ലാത്ത പാട്ടുകളിലേക്ക് നമ്മുടെ സംഗീതസംസ്കാരം ചുരുങ്ങിയിരിക്കുന്നു. ഞാൻ കുളിക്കുമ്പോൾ സിനിമാപ്പാട്ടുകൾ പാടാറുണ്ട്. പക്ഷേ, അത് എന്റെ സംഗീതാനുഭവങ്ങളുടെ ഭാഗമല്ല. കിഷോരി അമോങ്കർ എനിക്കൊരു ലഹരിയാണ്. ധ്യാനനിർഭരമായ ദ്രുപദ് സംഗീതത്തിൽ മുഴുകി ഡൽഹിയിലെ കൊടും ശൈത്യത്തിൽ പാതിരാവു വരെ ഞാൻ സ്വയം മറന്നിരുന്നിട്ടുണ്ട്. എത്രയോ കാലമായി ഞാൻ പതിവായി കേൾക്കുന്ന സംഗീതമാണ് മോറീസ് റവേലിന്റെ ഓർക്കസ്ട്രൽ പീസ് 'ബോലെറോ.' എനിക്കത് കേട്ടാലും കേട്ടാലും മതിവരാറില്ല. കാൾ ഓർഫിന്റെ 'കാർമീന ബുറാണ' എന്ന കാൻറ്ററ്റ് നല്കിയതുപോലുള്ള തീവ്രസംഗീതാനുഭൂതി മറ്റെവിടെനിന്നും എനിക്ക് ലഭ്യമായിട്ടില്ല. സൂബിൻ മെഹ്ത്ത കൺഡക്റ്റ് ചെയ്ത ന്യൂയോർക്ക് ഫിൽഹാർമോണിക് ഓർക്കസ്ട്ര ഞാൻ ലൈവായി കേട്ടിട്ടുണ്ട്. ഇതൊക്കെ എന്റെ ഇത്തിരി പോന്ന സംഗീതാനുഭവങ്ങളുടെ ഭാഗമാണ്. അത് എന്റെ എഴുത്ത് ഭാഷയെയും ലാവണ്യസങ്കല്പങ്ങളെയും സ്വാധീനിച്ചിട്ടുണ്ട് എന്ന് പറയാം.

ഒരു തലമുറയെ സ്വാധീനിച്ചുവെന്നും വഴി തെറ്റിച്ചുവെന്നും വിമർശിക്കപ്പെട്ടിട്ടുണ്ട്. അഭിനന്ദനവും വിമർശനവും ഒരുപോലെ കേൾക്കേണ്ടിവന്ന അപൂർവ്വം എഴുത്തുകാരിൽ ഒരാളാണ് എം മുകുന്ദൻ. വായനക്കാരെ വഴിതെറ്റിക്കുന്നത് കഥാപാത്രങ്ങളാണോ എഴുത്തുകാരാണോ?

– ആരും ആരേയും വഴിതെറ്റിച്ചിട്ടില്ല. അറുപതുകളിലും എഴുപതുകളിലും സമൂഹത്തിൽ, പ്രത്യേകിച്ച് യുവജനങ്ങൾക്കിടയിൽ, വിശ്വാസത്തകർച്ചയുണ്ടായിരുന്നു. അതിന്റെ ഫലമായി അവരിൽ കുറേപ്പേർ മദ്യപിക്കുകയോ ലഹരിപദാർത്ഥങ്ങൾ ഉപയോഗിക്കുകയോ ചെയ്തിരുന്നു. മുഴുക്കുടിയനായ ഒരു സിനിമാസംവിധായകനും ഒരു കവിയും ഇവിടെയുണ്ടായിരുന്നു. എന്റെ കൈയിൽനിന്നു പൈസ വാങ്ങി കുടിച്ച് പൂസായി മയ്യഴിയിലെ നിരത്തിൽ ഉടുമുണ്ടഴിച്ചിട്ട് ഉച്ചത്തിൽ കവി കവിത ചൊല്ലി. അവർ സമൂഹത്തെ വഴിതെറ്റിച്ചുവെന്ന് ആരും പറയുന്നത് കേട്ടിട്ടില്ല. *ഹരിദ്വാരിൽ മണികൾ മുഴങ്ങുന്നു* ഒഴിവാക്കിയാൽ എന്റെ എത്ര കഥാനായകന്മാർ മയക്കു മരുന്ന് ഉപയോഗിച്ചിട്ടുണ്ട്? ഒരുകാലത്ത് മയ്യഴിയിൽ പരസ്യമായി ഓപ്പിയം വിറ്റിരുന്നു. എന്റെ വീടിനടുത്തു തന്നെയായിരുന്നു കിട്ടൻച്ചന്റെ ഓപ്പിയം കട. ആ മയ്യഴി സംസ്കാരത്തിന്റെ പ്രതിനിധിയാണ് *ദൈവത്തിന്റെ വികൃതികളിലെ* അൽഫോൻസച്ചൻ. *ഹരിദ്വാരിൽ മണികൾ മുഴങ്ങുന്നുവിലെ* രമേശ് പണിക്കരെപ്പോലുള്ള എത്രയോ ചെറുപ്പ

ക്കാർ അക്കാലത്ത് ഡൽഹിയിലുണ്ടായിരുന്നു. രമേശ് പണിക്കരെ പോലുള്ള ഒരു കഥാനായകനെ സൃഷ്ടിക്കാൻ എന്നെ പ്രചോദിപ്പിച്ചത് അക്കാലത്തെ സാമൂഹ്യയാഥാർത്ഥ്യങ്ങളാണ്. ആരാണ് സമൂഹത്തെ ഇങ്ങനെ അധഃപതിപ്പിച്ചത്? ആർക്കാണ് അതിലുത്തരവാദിത്വം? അവരെയല്ലേ യഥാർത്ഥത്തിൽ വിമർശിക്കേണ്ടത്? അവരല്ലേ യഥാർത്ഥത്തിൽ യുവാക്കളെ വഴിതെറ്റിച്ചത്?

മലയാളത്തിലെ അച്ചടി മാധ്യമങ്ങൾ ഭൂരിഭാഗവും ഇടതുപക്ഷ വിരോധം പുലർത്തുന്നതായി തോന്നിയിട്ടുണ്ടോ. വലതുപക്ഷ അനുകൂല നിലപാട് സ്വീകരിക്കും വിധം അച്ചടിമാധ്യമങ്ങൾ മാറിയിട്ടുണ്ടോ?

എല്ലാ അച്ചടിമാദ്ധ്യമങ്ങളെക്കുറിച്ചും അങ്ങനെ പറയാൻ കഴിയില്ല. ഇടതുപക്ഷ ആശയങ്ങൾക്ക് പ്രാമുഖ്യം നല്കുന്ന പത്രങ്ങളും ആനുകാലികങ്ങളും നമുക്കുണ്ട്. എന്നാൽ പ്രശ്നം അതല്ല. ഇടതുപക്ഷത്തിനും വലതുപക്ഷത്തിനും ഇടയിലെ ദൂരം കുറഞ്ഞുവരികയാണ്. അതാണ് പ്രശ്നം.

മാഷ് ഏറെ ഇഷ്ടപ്പെടുന്ന നേതാവാണ് ഇ എം എസ്. അദ്ദേഹത്തിന്റെ രാഷ്ട്രീയവും ചരിത്രപരവുമായ സംഭാവനകൾ ബഹുമാനിക്കുകയും ചെയ്യുന്നുണ്ടല്ലോ. എന്നാൽ ഇ എം എസിനെ വിമർശിച്ചപ്പോൾ പി ഗോവിന്ദപ്പിള്ളയ്ക്ക് പാർട്ടിയിൽനിന്നും പുറത്തുപോകേണ്ടി വന്നു. ഇ എം എസ് വിമർശനാതീതനാണെന്ന് വിശ്വസിക്കുന്നുണ്ടോ?

– ആരും വിമർശനാതീതരായിരിക്കരുത് എന്നാണ് എന്റെ നിലപാട്. ഒരു നേതാവിനെ വിഗ്രഹവല്ക്കരിക്കുമ്പോഴാണ് വിമർശനത്തിന്റെ സാദ്ധ്യതകൾ ഒഴിഞ്ഞുപോകുന്നത്. തുറന്ന മനസ്സും അഗാധമായ അറിവുമുള്ള ഒരു വലിയ കമ്യൂണിസ്റ്റുകാരനായിരുന്നു പി ഗോവിന്ദപിള്ള. അദ്ദേഹത്തിന്റെ അഭാവം ഉളവാക്കിയ വിടവ് ഇന്നും പാർട്ടിക്ക് നികത്താൻ കഴിഞ്ഞിട്ടില്ലെന്നാണ് എന്റെ വിശ്വാസം. ഏതൊരു പാർട്ടിക്കും ധൈഷണികമായും ധാർമ്മികമായും കരുത്താർജ്ജിക്കുവാൻ വിയോജിപ്പുകൾ ആവശ്യമാണ്. അമിതമായ അച്ചടക്കം അടിച്ചേൽപ്പിച്ചാൽ പാർട്ടി വളരുമെന്ന് തോന്നുന്നില്ല.

പിണറായി വിജയന്റെ ഏകാന്തതയെക്കുറിച്ചും അദ്ദേഹം നേരിട്ട എതിർപ്പുകളെക്കുറിച്ചും മാഷ് എഴുതിയിട്ടുണ്ടല്ലോ. ചില എഴുത്തുകാർ അസ്പൃശ്യനെന്ന പോലെ അദ്ദേഹവുമായി അകല്ച്ച പാലിച്ചെന്നും പറയുകയുണ്ടായി. നിരന്തരമായ എതിർപ്പുകളെയും ആക്ഷേപങ്ങളെയും മറികടക്കുന്ന പിണറായി വിജയന്റെ രാഷ്ട്രീയമുന്നേറ്റത്തെ എങ്ങനെ കാണുന്നു?

– നമ്മുടെ പൊതുവായ ധാരണ എഴുത്തുകാർ മാത്രമേ ഏകാന്തത അനുഭവിക്കുന്നുള്ളൂ എന്നാണ്. അപൂർവ്വമായി ചില നേതാക്കളും അതനുഭവിച്ചിട്ടുണ്ട്. കെ ആർ ഗൗരി അമ്മ ഏകാകിയായ ഒരു നേതാവായി

രുന്നു. പിണറായി വിജയനെ പത്ര-ദൃശ്യ മാധ്യമങ്ങൾ വളഞ്ഞിട്ട് ആക്രമിച്ച ഒരു കാലമുണ്ടായിരുന്നു. അന്ന് അദ്ദേഹം ഏകാകിയായിരുന്നു. എന്നാൽ ഒരു കമ്യൂണിസ്റ്റ് നേതാവ് അതൊരിക്കലും തുറന്നു പറയുകയില്ല. ഒരു കമ്യൂണിസ്റ്റിന്റെ ശബ്ദകോശത്തിൽ ഏകാന്തത എന്ന ഒരു വാക്കില്ല. എം ടിയാണ് ആൾക്കൂട്ടത്തിൽ തനിയെ എന്ന സങ്കല്പം നമുക്ക് നല്കിയത്. ആ സങ്കല്പത്തിന്റെ ജൈവരൂപമായിരുന്നു അക്കാലം പിണറായി വിജയൻ എന്ന് ഞാൻ വിശ്വസിക്കുന്നു. പക്ഷേ, അദ്ദേഹം അഞ്ഞൂറ് വർഷം ആയുസ്സുള്ള ഫീനിക്സ് പക്ഷിയെപ്പോലെ ഉയർത്തെഴുന്നേല്ക്കുകയാണ് ചെയ്തത്. കൂടുതൽ കരുത്താർജ്ജിക്കുകയാണ് ചെയ്തത്. പിണറായിക്ക് ഭരണത്തുടർച്ച നല്കിയ ജനങ്ങൾ അവരുടെ രാഷ്ട്രീയ പക്വതയാണ് കാണിച്ചത്. ഇപ്പോൾ വോട്ടുചെയ്യാൻ ബൂത്തിലേക്ക് പോകുന്ന സമ്മതിദായകരിൽ വലിയൊരു വിഭാഗം അഭ്യസ്തവിദ്യരായ യുവാക്കളും യുവതികളുമാണ്. അവർക്ക് എന്താണ് രാഷ്ട്രീയം, എന്താണ് ഭരണം എന്ന് നല്ല ബോദ്ധ്യമുണ്ട്. പിണറായിയെപ്പോലുള്ള ഒരു മുഖ്യമന്ത്രിയാണ് അവരുടെ സങ്കല്പത്തിലുള്ളത്.

വടക്കൻ കേരളത്തിലെ പാർട്ടി ഗ്രാമങ്ങളെക്കുറിച്ച് ഒരു നോവൽ മനസ്സിലുണ്ടല്ലോ. വ്യത്യസ്തമായ ഒരു വിഷയത്തെക്കുറിച്ചുള്ള ഈ നോവൽ സംവാദത്തിനും വിവാദത്തിനും ഇടവരുത്തുമെന്ന കാര്യത്തിൽ സംശയമില്ല.

–അങ്ങനെ ഒരു നോവൽ കുറച്ചുകാലമായി എന്റെ മനസ്സിലുണ്ട്. പതുക്കെ എഴുതാമെന്നാണ് വിചാരിക്കുന്നത്. രചനയ്ക്ക് ആവശ്യമായ കുറേ വിവരങ്ങൾ ഞാൻ ശേഖരിച്ചുവച്ചിട്ടുണ്ട്. സ. പി കൃഷ്ണപിള്ളയെ പാമ്പ് കടിച്ചു. സ. ഇ കെ നായനാരെയും പാമ്പ് കടിക്കാൻ ശ്രമിച്ചിരുന്നു. പാമ്പിനത് കഴിഞ്ഞില്ല. വിവാദങ്ങളൊന്നും വേണ്ട. പാർട്ടിക്കുവേണ്ടി ആത്മത്യാഗം ചെയ്ത ഒരുപാടുപേരുണ്ട്. അതൊന്ന് അടയാളപ്പെടുത്തിവയ്ക്കണം. അത്രയേ എനിക്ക് ആഗ്രഹമുള്ളൂ.

ഞങ്ങൾ കൊല്ലത്തുകാർക്ക് അന്നും ഇന്നും ഒരു വികാരമാണ് ചലച്ചിത്രതാരം ജയൻ. സൗഹൃദത്തിന്റെ ഹൃദ്യഭാവം എന്ന പേരിൽ അദ്ദേഹത്തെക്കുറിച്ച് മാഷ് ഒരു ലേഖനവും എഴുതിയിട്ടുണ്ട്. മയ്യഴിപ്പുഴയുടെ തീരങ്ങൾ ജേസി സംവിധാനം ചെയ്യണമെന്നും ദാസനായി തനിക്ക് അഭിനയിക്കണമെന്നും ജയൻ ആഗ്രഹം പ്രകടിപ്പിച്ചതായി കേട്ടിട്ടുണ്ട്.

ഞാനും ജയനും ജേസിയും ഒരുദിവസം എറണാകുളത്ത് ഒത്തുകൂടിയിരുന്നു. അപ്പോഴാണ് ജയൻ ആ ആഗ്രഹം പ്രകടിപ്പിച്ചത്. ജേസിക്ക് *മയ്യഴിപ്പുഴ* സിനിമയാക്കുവാൻ വളരെ ആഗ്രഹമുണ്ടായിരുന്നു. അതിന്റെ പ്രാരംഭപ്രവൃത്തി തുടങ്ങുകയും ചെയ്തു. തീയേറ്ററിൽ കാണിക്കുന്ന ഒരു ജേസി സിനിമയുടെ ഇന്റർവെലിൽ ഞങ്ങളുടെ അടുത്ത ചലച്ചിത്രം എം മുകുന്ദന്റെ *മയ്യഴിപ്പുഴ*യാണെന്ന് പരസ്യവും വന്നു. പിന്നീട് ജേസി

യാത്രയാകുകയും ചെയ്തു. അങ്ങനെ ആ ആഗ്രഹം നടന്നില്ല.

ശ്രേഷ്ഠമായ രചനകളുടെ പ്രധാന പ്രമേയമാണ് രോഗവും സാഹിത്യ ഭാവനയും. രോഗത്തെക്കുറിച്ചുള്ള അന്ധവിശ്വാസങ്ങളെ വിമർശനാത്മ കമായി പരിശോധിക്കുകയായിരുന്നു പല രചനകളും. മയ്യഴിപ്പുഴയുടെ തീരങ്ങളിൽ വസൂരിയുമായി ബന്ധപ്പെട്ട പ്രശ്നങ്ങൾ ചർച്ചചെയ്യുന്നുണ്ട്. വസൂരി ഒരു വൈറസാണെന്ന ദാസന്റെ അഭിപ്രായത്തെ പലരും എതിർക്കുകയാണ് ചെയ്തത്. അവർക്ക് വസൂരി ദൈവകോപമായിരുന്നു. രോഗത്തെക്കുറിച്ചുള്ള മലിനമായ ചിന്തകളെ മാറ്റിയെടുത്തതിൽ സാഹി ത്യത്തിന് ഒരു പ്രധാന പങ്കില്ലേ?

സാഹിത്യത്തേക്കാൾ ഏറെ ശാസ്ത്രമാണ് രോഗങ്ങളെക്കുറിച്ചുള്ള അബദ്ധധാരണകൾ തിരുത്തിയത്. എന്നിട്ടും ഇപ്പോഴും രോഗങ്ങൾ തരു ന്നത് ദുർദ്ദേവതകളാണെന്ന് വിശ്വസിക്കുന്നവരുണ്ട് നമ്മുടെ ഇടയിൽ. യഥാർത്ഥത്തിൽ ശാസ്ത്രം വളരെയധികം വികസിച്ചിട്ടും അന്ധവിശ്വാ സങ്ങൾ നമ്മുടെ ഇടയിൽനിന്ന് പോകുന്നില്ല. നമ്മുടെ ബഹിരാകാശ ശാസ്ത്രജ്ഞർ രാഹുകാലം നോക്കിയാണ് പേടകങ്ങൾ തൊടുത്തുവി ടുന്നത്. അന്ധവിശ്വാസങ്ങളും ശാസ്ത്രവും കണ്ണുപൊത്തിക്കളിക്കുക യാണ് ഇവിടെ.

ഫാസിസ്റ്റുകൾ ചരിത്രത്തെ പുനർനിർമ്മിക്കുന്നതും മായ്ച്ചുകളയുന്നതും മലയാളികൾ വായിച്ചും കേട്ടും മാത്രം അറിഞ്ഞവരാണ്. പക്ഷേ, ഇപ്പോൾ നമ്മുടെ തിരുമുറ്റത്തും ഫാസിസ്റ്റുകൾ എത്തിക്കഴിഞ്ഞിരിക്കുന്നു. മല ബാർ കലാപവും വാഗൺട്രാജഡി ദുരന്തവുമെല്ലാം സ്വാതന്ത്ര്യസമര ത്തിന്റെ ഭാഗമല്ലെന്ന് ഇന്ത്യൻ ചരിത്രഗവേഷണ കൗൺസിൽ പ്രഖ്യാപി ക്കുകയാണ്. അകലെ മാത്രം കണ്ടു ശീലിച്ചതെല്ലാം അരികിലും എത്തു കയാണ്. പ്രതിരോധിക്കാനും പ്രതിഷേധിക്കാനും കഴിയാത്തവിധം മല യാളികൾ നിശ്ശബ്ദരായെന്ന് കരുതുന്നുണ്ടോ?

ഇല്ല, ഞാനങ്ങനെ കരുതുന്നില്ല. നമ്മുടെ രാജ്യത്ത് ഏറ്റവും കൂടു തൽ പ്രതിരോധശേഷി പ്രകടിപ്പിക്കുന്ന ജനസമൂഹമാണ് നമ്മൾ മല യാളികൾ. കഴിഞ്ഞ തിരഞ്ഞെടുപ്പിൽ ഒരു സീറ്റുപോലും അവർക്ക് ലഭി ക്കാതെപോയത് എന്താണ് സൂചിപ്പിക്കുന്നത്? എങ്കിലും അലംഭാവം പാടില്ല. നിത്യജാഗ്രത പാലിക്കണം. ഫാസിസം ഒരു മഹാമാരിയാണ്. അതിനെ പ്രതിരോധിക്കാനുള്ള വാക്സിൻ ഇതുവരെ കണ്ടുപിടിച്ചിട്ടില്ല.

“ലോധി രാജാക്കന്മാരുടെ ശവകുടീരങ്ങളിലിരുന്നും നെഹ്റു പാർക്കിലെ ഞാവൽ മരങ്ങളുടെ നിഴലിൽ ഇരുന്നും എഴുതിയിട്ടുണ്ട്. എഴുതുവാനുള്ള മൂഡ് വന്നാൽ സ്ഥലകാലങ്ങൾ ഒരു തടസ്സമാകാറില്ല. “ഒരു ലേഖനത്തിൽ ഇങ്ങനെ സൂചിപ്പിച്ചിട്ടുണ്ട്. വാസ്തവത്തിൽ എഴുത്തിനൊരു പ്രത്യേക

ഇടം ആവശ്യമില്ലേ?

എനിക്കെപ്പോഴും തുടങ്ങിക്കിട്ടുവാനാണ് ബുദ്ധിമുട്ട്. ചിലപ്പോൾ ദിവസങ്ങളും മാസങ്ങളും കാത്തിരിക്കേണ്ടിവരും. ഒരിക്കൽ എഴുത്ത് തുടങ്ങുകയും അതിൽ മുഴുകുകയും ചെയ്താൽ പിന്നീട് എവിടെയിരുന്നും എഴുതാൻ കഴിയും. ചില നേരങ്ങളിൽ എഴുത്ത് ഒരു ഭൂതാവേശമായി മാറും. അല്ലെങ്കിൽ മനസ്സിന് തീപ്പിടിച്ചതു പോലുള്ള അനുഭവം. അപ്പോൾ മറ്റെല്ലാം മറന്ന് ഇരുന്നെഴുതിപ്പോകും. അന്നേരം ഞാനുണ്ടാകില്ല. എഴുത്തുമാത്രമുണ്ടാകും.

പ്രവാസ സാഹിത്യത്തെക്കുറിച്ച് കേട്ടതിന് ശേഷം ഈ സംഭാഷണം അവസാനിപ്പിക്കാമെന്ന് തോന്നുന്നു. ദുരിതങ്ങളും യാതനകളും ഏറ്റുവാങ്ങുന്നവരാണ് പ്രവാസികളും അഭയാർത്ഥികളും. അവരുടെ സംഘർഷഭരിതമായ ജീവിതത്തെ അവതരിപ്പിക്കാൻ മലയാളത്തിന് കഴിഞ്ഞിട്ടുണ്ടോ?

ഞാൻ *പ്രവാസം* എന്ന ഒരു നോവൽ എഴുതിയിട്ടുണ്ടല്ലോ. ബെന്യാമിന്റെ *ആടുജീവിതവും നിശ്ശബ്ദസഞ്ചാരങ്ങളും* കൃഷ്ണദാസിന്റെ *ദുബായ്പ്പുഴ*യുമൊക്കെ നമ്മുടെ മുമ്പിലുണ്ട്. പ്രവാസികൾ ഒരു സമാന്തര മലയാളി ജീവിതം നയിക്കുന്നവരാണ്. അവരെക്കുറിച്ച് ഇനിയും ഒരുപാട് എഴുതാനുണ്ട്. ഒരുപക്ഷേ, ഈ നിമിഷം തന്നെ ആരൊക്കെയോ എവിടെയൊക്കെയോ ഇരുന്ന് അത് എഴുതുന്നുണ്ടെന്നു വരാം. മോറീഷ്യസ് ദ്വീപിൽ നൂറ്റാണ്ടിന് മുമ്പ് കുടിയേറിപ്പാർത്ത ഇന്ത്യക്കാരെക്കുറിച്ച് അവരുടെ പത്ത്വാ (patois) ഭാഷ ധാരാളമായി ഉപയോഗിച്ച് അമിതാവ് ഘോഷ് *റിവർ ഓഫ് സ്മോക്ക്* എന്ന മനോഹരമായ ഒരു നോവൽ എഴുതിയിട്ടുണ്ടല്ലോ. അങ്ങനെയൊരു നോവലാണ് പ്രവാസി മലയാളികളെക്കുറിച്ച് നമ്മൾ എഴുതേണ്ടത്. രണ്ടുതരം പ്രവാസികളുണ്ടല്ലോ. കേരളംവിട്ട് ഇന്ത്യയിലെ തന്നെ പല ഭാഗങ്ങളിൽ ജീവിക്കുന്നവരും കടലിനക്കരെ ജീവിക്കുന്നവരും. സാഹിത്യ അക്കാദമിയുടെ ഒരു പരിപാടിക്ക് സിങ്കപ്പൂരിൽ പോയപ്പോൾ അവിടുത്തെ മലയാളികൾ പറഞ്ഞ അത്ഭുതകരമായ കഥകൾ കേൾക്കാൻ ഇടയായി. അതൊക്കെ എന്തുകൊണ്ടാണ് ആരും എഴുതാത്തതാവോ. പ്രവാസികൾ എന്നു പറഞ്ഞാൽ ഗൾഫിലെ മലയാളികൾ മാത്രമാണെന്നാണ് പൊതുവെ നമ്മുടെ ധാരണ. പശ്ചിമ ആഫ്രിക്കയിൽ ബുർക്കിനാ ഫാസോ എന്ന കൊച്ചു രാജ്യമുണ്ട്. നമ്മുടെ കേരളത്തെക്കാളും ചെറുതാണ്. അവിടെ പോലും മലയാളികളുണ്ട്. മലയാളി പ്രവാസികൾ പലതരത്തിലുള്ള ദുരിതങ്ങൾ അനുഭവിക്കുന്നവരാണ്. ഇസ്രായേലിൽ റോക്കറ്റ് ആക്രമണത്തിൽ കൊല്ലപ്പെട്ട സൗമ്യ സന്തോഷിന്റെ കഥകേട്ട് ആരുടെ കണ്ണുകളാണ് നനയാതിരുന്നത്? അതേ, ഒരുപാട് എഴുതാനുണ്ട്. ആരെങ്കിലും എഴുതാതിരിക്കില്ല. നമുക്ക് കാത്തിരിക്കാം.

മൂന്ന്
പഠനം

മൂർദ്ധാവിൽ കൊത്തുന്ന പ്രാവുകൾ

നാഗ്പൂരിലേക്കുള്ള സംഘപരിവാറിന്റെ ക്ഷണം ഒഴിവാക്കണമെന്ന് പ്രണബ് മുഖർജിയോട് മകൾ ശർമ്മിഷ്ഠ ആവശ്യപ്പെട്ടത് വലിയ വാർത്തയായിരുന്നു. അങ്ങയുടെ പ്രഭാഷണം തമസ്കരിക്കുകയും പകരം അവരോടൊപ്പമുള്ള ചിത്രങ്ങൾ പ്രചരിപ്പിക്കുകയും ചെയ്യുമെന്നും അതിനാൽ ക്ഷണം നിരസ്സിക്കുകയാണ് വേണ്ടതെന്നും മകൾ ടീറ്റ് ചെയ്തു. ഇന്ത്യൻ രാഷ്ട്രീയത്തിലെ മതേതരത്വത്തിന്റെ അടയാളമായ പ്രണബ്മുഖർജിയെ സംഘപരിവാർ ശക്തികൾ എങ്ങനെയാണ് ഉപയോഗിക്കുന്നതെന്ന ശർമ്മിഷ്ഠയുടെ നിരീക്ഷണത്തിൽ ഒരു ധീരതയുണ്ട്. ഫാസിസത്തിനെതിരെ നിലപാടെടുത്തുകൊണ്ട് സ്ത്രീകൾ മുന്നോട്ടുവരുന്നത് ജനാധിപത്യസംവിധാനത്തെ കൂടുതൽ ബലപ്പെടുത്തും. ഇതുപോലെ പുരോഗമനപരവും ധീരവുമായ നിലപാടുകൾ സ്വീകരിക്കുന്ന സ്ത്രീകളെ സൃഷ്ടിച്ചുവെന്നതാണ് മുകുന്ദനെ കൂടുതൽ പ്രസക്തമാക്കുന്നത്. നിലവിളിച്ച് പായുന്നവരല്ല; കാത്തിരുന്ന് പൊരുതുന്നവരാണ് അദ്ദേഹത്തിന്റെ സ്ത്രീകൾ. അവർ കരഞ്ഞുകലങ്ങി ജീവിതത്തിൽനിന്നും അകലുന്നില്ല; സഹിച്ചും ക്ഷമിച്ചും പിന്നെ പൊട്ടിത്തെറിച്ചും ജീവിതത്തെ ചേർത്തുനിർത്തുന്നു. ബുദ്ധിയുടെ അംശം ലേശംപോലുമില്ലാത്തവൾ എന്നു തോന്നുമെങ്കിലും ജീവിതത്തെ മെരുക്കിയെടുക്കുന്നതിൽ അവർ കരുത്തു പ്രകടിപ്പിക്കും. വെറുതെ കുറ്റപ്പെടുത്തുന്ന ഭർത്താവിനെ നേരെയാക്കാൻ ശ്രമിച്ചും പെൻഷൻ പറ്റിയപ്പോൾ ഒറ്റപ്പെടൽ അനുഭവിക്കുന്ന ഭർത്താവിനെ ചേർത്തുനിർത്തിയും അവൾ കരുത്തുകാട്ടി. ഡൽഹിയിലായാലും നാട്ടുവഴികളിലായാലും പൊരുതിനില്ക്കാനുള്ള ശക്തി അവൾക്കുണ്ട്. 'ഡൽഹി 1981,' എന്ന കഥയിൽ സ്ത്രീയെ ഗുണ്ടകൾ കീഴ്പ്പെടുത്തുമ്പോൾ ഒരു പ്രാവ് പറന്നുവന്ന് ഗുണ്ടാനേതാവിന്റെ മൂർദ്ധാവിൽ കൊത്തി

എന്ന് എഴുതുന്നുണ്ട്. കീഴടങ്ങാത്ത അവളുടെ പ്രതിരോധശക്തിയാണ് പ്രാവിന്റെ രൂപത്തിൽ പ്രത്യക്ഷമാകുന്നത്. ദളിത് സ്ത്രീയുടെ ജീവിതം അരങ്ങിലെത്തിക്കുന്നതിൽ അവൾ സധൈര്യം മുന്നോട്ടു പോകുന്നതും നമ്മൾ കണ്ടതാണ്. മയ്യഴിയിലെ മണ്ണിന്റെ കരുത്തും ആർദ്രതയും അവൾ ഒരുപോലെ പ്രകടിപ്പിക്കും. വേശ്യയായും ടീച്ചറായും കുടുംബിനിയായും അഭിനേത്രിയായും തൊഴിൽരഹിതയായും കാത്തിരിക്കുന്നവളായും മോഡലായും അവൾ വേഷംമാറി വരുന്നു.

'ഉള്ളു പിളർന്നു ഉന്മാദികൾ, അനാവൃതമായ വീനസുമാർ' എന്ന ലേഖനത്തിൽ എസ്. ശാരദക്കുട്ടി, മുകുന്ദന്റെ സ്ത്രീ കഥാപാത്രങ്ങളെ വ്യത്യസ്തമായ രീതിയിൽ നിരീക്ഷണം ചെയ്യുന്നുണ്ട്. സ്ത്രീ കഥാപാത്രങ്ങളുമായുള്ള ഒരു നിരൂപകയുടെ കൂടിക്കാഴ്ച എന്നർത്ഥത്തിലാണ് ലേഖനത്തിന്റെ ആഖ്യാനം. 'കറുത്തു മെലിഞ്ഞ മുടന്തിയായ തൃശ്ശിനാപ്പള്ളിക്കാരി ശാന്ത, ഗോതമ്പിന്റെ നിറമുള്ള പഞ്ചാബിയായ മുടന്തില്ലാത്ത കാന്താ ഡിഫൻസ് കോളനിയിലെ പതിനെട്ടുകാരിയായ ലത, ഹരിദ്വാറിലെ തെരുവുകളിലും മാലിന്യങ്ങളിലും രമേശിനൊപ്പം അലഞ്ഞു നടന്ന സുജ, ആലക്കേരി ചന്തയിൽ മുളങ്കുഴലുകളിൽ തേൻ നിറച്ച് വില്ക്കുന്നവളായിരുന്ന തുള്ളിച്ചി ദളിത് യുവതിയായ ഭഗവന്തി, നാടകകലാകാരിയായ വസുന്ധര... എല്ലാം ഒരുപോലെ അനാവൃതരായ വീനസുമാർ" ഇങ്ങനെ സമൂഹത്തിന്റെ വൈവിദ്ധ്യത്തെ ഒരേസമയം രേഖപ്പെടുത്തുകയും പ്രതിഷേധിക്കാനും പ്രതിരോധിക്കാനുമുള്ള അവസരത്തെ ഒഴിവാക്കാതിരിക്കുകയും ചെയ്യുന്ന സ്ത്രീകളുടെ മഹാസാന്നിദ്ധ്യമായി മുകുന്ദന്റെ രചനകൾ മാറുന്നുണ്ട്. (*മാതൃഭൂമി ആഴ്ചപ്പതിപ്പ്*, ഫെബ്രുവരി 2, 2017)

ആരെയും കാത്തുനില്ക്കാൻ അവൾക്ക് നേരമില്ല. നിശ്ചയദാർഢ്യത്തോടെ അവൾ മുന്നോട്ടു പോവുകയാണ്. 'ശ്രീക്കുട്ടി ആരെയും കാത്തുനില്ക്കുന്നില്ല' എന്ന പേരിൽ മുകുന്ദൻ ഒരു കഥ എഴുതിയിട്ടുണ്ട്. നഗരത്തിലെ ഫ്ളാറ്റിൽ മാതാപിതാക്കൾക്കൊപ്പമാണ് ശ്രീക്കുട്ടി താമസിക്കുന്നത്. അവളുടെ ഓരോ നിമിഷത്തിലും അമ്മയ്ക്ക് വേവലാതിയാണ്. ശ്രീക്കുട്ടിയെ സ്കൂളിൽ കൊണ്ടുപോകുന്നത് അമ്മയാണ്. എന്നാൽ അമ്മയുടെ ഉൽക്കണ്ഠയൊന്നും അവൾക്കില്ല. ഒരുദിവസം മകളെ തിരികെ വിളിക്കാനായി പോകുമ്പോൾ അമ്മ ലിഫ്റ്റിൽ കുടുങ്ങുന്നു. അപ്പോഴും അമ്മയുടെ വിചാരം മകളെക്കുറിച്ചായിരുന്നു; പെൺകുട്ടികൾക്ക് ജീവിക്കാൻ പറ്റാത്ത നാടിനെക്കുറിച്ചായിരുന്നു. എന്നാൽ ഈ വിചാരങ്ങൾക്കു മേലെയാണ് ശ്രീക്കുട്ടി. അവൾക്ക് യാതൊരു അങ്കലാപ്പുമില്ല. അമ്മയെപ്പോലെ അവൾക്ക് പേടിയുമില്ല. സ്കൂളിൽനിന്നും വീട്ടിലേക്കു കൂട്ടിക്കൊണ്ടുവരാൻ അമ്മ താമസിച്ചപ്പോൾ ശ്രീക്കുട്ടി ഒറ്റയ്ക്ക് വീട്ടിലേക്ക് വരുകയായിരുന്നു. ഒറ്റയ്ക്കോ എന്ന ചോദ്യത്തിന് ഒറ്റയ്ക്ക് എന്നവൾ ധൈര്യത്തോടെ മറുപടി പറഞ്ഞു. ഈ കഥയിലെ ശ്രീക്കുട്ടി വരാനിരിക്കുന്ന മുകുന്ദന്റെ സ്ത്രീ കഥാപാത്രങ്ങളുടെ സൂചകമായി മാറുന്നുണ്ട്. 'മാറ

ത്തടിച്ചു കരയുന്ന പെണ്ണുങ്ങളും കുട്ടികളും' എന്ന കഥയിൽ പാരീസിന്റെ തെരുവിലൂടെ നിലവിളിച്ചുകൊണ്ട് പ്രകടനത്തിൽ പങ്കെടുക്കുന്ന സ്ത്രീക ളെയും കുട്ടികളെയും കാണാം. തുർക്കികളും പാലസ്തീൻകാരും അൾജീരിയക്കാരും മൊറോക്കോക്കാരും അസർബൈജാനികളും ആ സംഘത്തിലുണ്ടായിരുന്നു. നിലവിളിയോടെ പ്രതിഷേധിക്കുന്ന സ്ത്രീകൾ ഒരു സൂചനയാണ്. അവർ കരയാൻ മാത്രം ജനിച്ചവരല്ലെന്നും പ്രതിഷേ ധത്തിന്റെ കൊടുങ്കാറ്റ് വിതയ്ക്കാൻ അവർക്ക് പ്രാപ്തിയുണ്ടെന്നും മുകുന്ദൻ തെളിച്ചെഴുതുന്നു.

'മോട്ടോർ സൈക്കിൾ ഓടിക്കുന്ന പെൺകുട്ടി' എന്ന കഥയിൽ ചില ധീരമായ തീരുമാനങ്ങളും ആശയസംവാദങ്ങളുമുണ്ട്. പ്രത്യക്ഷത്തിൽ ലളിതമെന്നുതോന്നുന്ന ഒരു പ്രമേയത്തെ അതീവ ജാഗ്രതയോടെ അവ തരിപ്പിക്കുകയാണ് മുകുന്ദൻ. ഒരു പെൺകുട്ടി ബൈക്ക് ഓടിക്കുന്നതും അത് സമൂഹത്തിൽ ഒരു സദാചാര പ്രശ്നമായി മാറുന്നതുമാണ് കഥ യുടെ ഉള്ളടക്കം. ബൈക്ക് ഓടിച്ചുപോകുന്ന പെൺകുട്ടിയെ കാണു മ്പോൾ നാട്ടുകാർക്ക് കലികാലമാണ്. മോട്ടോർ സൈക്കിളിൽ പോകുന്ന പെൺകുട്ടിയെ നാട്ടുകാർ കാണുന്നത് വിചിത്രമായിട്ടാണ്. വസ്ത്രങ്ങളി ല്ലാതെ, പെരുമഴയത്ത് അവൾ ബൈക്ക് ഓടിക്കുന്നതായി പൊതുസമൂഹം കാണുന്നു. ഇത് എഴുത്തുകാരന്റെ ഒരു വിചിത്ര കല്പനയാണ്. കാണു ന്നവന്റെ അഴുക്കമനസ്സിനെയാണ് പെൺകുട്ടിയുടെ നഗ്നതയായി മുകു ന്ദൻ ചിത്രീകരിക്കുന്നത്. അശ്ലീലമായി ജീവിക്കുകയും അശ്ലീലമായി പെരു മാറുകയും ചെയ്യുന്നവരാണ് സദാചാരത്തിന്റെ കല്പനകൾ പുറപ്പെടു വിക്കുന്നത്. അവരുടെ നിയമങ്ങളും പ്രസ്താവനകളും തങ്ങളുടെ അശ്ലീ ലബോധത്തെ മറച്ചുപിടിക്കാനുള്ള മറകളാണ്. ബൈക്ക് ഓടിക്കുന്ന പെൺകുട്ടിയെ അവർ സസൂക്ഷ്മം കാണുകയായിരുന്നു. ബൈക്കിലെ ഇരിപ്പിലും ചാഞ്ഞുള്ള യാത്രയിലും അവർ നിശ്ശബ്ദമായി അശ്ലീലം കണ്ടു. സദാചാരപ്രശ്നം ഉയർത്തുമ്പോഴും അവർ ബൈക്ക് സവാരിയെ ഉറ്റുനോക്കുകയായിരുന്നു. അവരുടെ ഉള്ളിലുള്ളതാണ് മുകുന്ദൻ പുറ ത്തെടുത്ത് ദൃശ്യവല്ക്കരിക്കുന്നത്. ഈ കാഴ്ച ഓരോ കപട സദാചാര വാദിയുടെയും ഉള്ളിലെ കാഴ്ചയാണ്. 'മോട്ടോർ സൈക്കിളിലിരിക്കുന്ന ഗോപാലൻനായരുടെ മകൾ വസ്ത്രം ധരിച്ചിട്ടില്ല. അവളുടെ അഴിച്ചിട്ട തലമുടി ചുമലുകളിൽത്തട്ടി പിറകോട്ട് പാറുന്നു. വെളുത്ത് വിളറിയ മാറി ടങ്ങളിലൂടെ മഴവെള്ളം കിനിഞ്ഞിറങ്ങുന്നു. നേർത്ത് ചെമ്പിച്ച രോമങ്ങ ളുള്ള നഗ്നമായ കണങ്കാലുകളിലും വിളറിയ തുടകളിലും മഴവെള്ളം വന്നുവീഴുന്നു.' ഈ കാഴ്ച പൊതുസമൂഹത്തിന്റേതല്ല. ഗോപാലൻനാ യരുടെ മകൾ ബൈക്കോടിച്ചുപോകുന്നതാണ് പൊതുസമൂഹത്തിന്റെ കാഴ്ച. എന്നാൽ ഉള്ളിൽ അശ്ലീലം പേറി ജീവിക്കുന്നവർ അവളിൽ ഊഹി ച്ചെടുത്ത നഗ്നത കാണുകയാണ്.

പെൺകുട്ടി ബൈക്ക് ഓടിക്കാൻ പാടില്ല. എന്നാൽ ആൺകുട്ടി ഓടി

ക്കുന്നതിൽ കുഴപ്പമില്ല. ബൈക്ക് വാങ്ങാൻ ആഗ്രഹിച്ച ഗംഗൻ കോളേജിൽ പോകുന്ന സുന്ദരികളുടെ ഇടയിലൂടെ ബൈക്ക് ഓടിച്ചുപോകുന്നതായി സ്വപ്നം കാണുന്നു. ഗംഗന് സ്വപ്നം കാണാനും ബൈക്ക് ഓടിക്കാനുമുള്ള അവസരവും അവകാശവുമുണ്ട്. പെൺകുട്ടികൾക്ക് അത് നിഷേധിക്കുകയാണ്. ഈ നിഷേധത്തെ മുകുന്ദൻ കഥയിൽ വിചാരണ ചെയ്യുന്നു. അങ്ങനെ സ്ത്രീവിരുദ്ധതയെ ചോദ്യംചെയ്യുന്ന തലത്തിലേക്ക് കഥ ഉയരുന്നു. ബൈക്ക് ഓടിച്ചോട്ടെ എന്ന ചോദ്യത്തിനുമുന്നിൽ ഗോപാലൻനായരും പകച്ചുപോകുന്നുണ്ട്. പെൺകുട്ടികൾ ബൈക്ക് ഓടിക്കുമോ എന്നാണ് അയാളുടെ സംശയം. പക്ഷേ, മകളുടെ നിശ്ചയത്തിനുമുന്നിൽ ഗോപാലൻനായരും തോറ്റുപോയി. പെൺകുട്ടി ബൈക്കോടിക്കുന്നതിൽ ആദ്യം പ്രതിഷേധിച്ചത് പഞ്ചായത്ത് പ്രസിഡന്റാണ്. ഇതൊക്കെ നാട്ടിൽ നടക്കുമോ എന്നാണ് അയാളുടെ സംശയം. പ്രസിഡന്റിന്റെ കൂടെ ഗംഗനുമുണ്ടായിരുന്നു. ഗംഗൻ ആകെ അമർഷത്തിലാണ്. ബൈക്ക് സ്വന്തമാക്കാനുള്ള ശ്രമങ്ങൾ പരാജയപ്പെട്ടതിൽ അയാൾ ആകെ ദുഃഖിതനായിരുന്നു.

കൂട്ടുകാർ ഗംഗന് ഒരു ഉപദേശം നല്കി. ഗോപാലൻനായരുടെ മകളെ കല്യാണം കഴിക്കുക. അങ്ങനെ വന്നാൽ മോട്ടോർ സൈക്കിൾ സ്വന്തമാക്കാമെന്ന് ഗംഗനും ആലോചിച്ചു. പക്ഷേ; ഇവിടെ അസാധാരണമായ ഒരെതിർപ്പ് ഉണ്ടാകുന്നു. ഗംഗന്റെ അമ്മ തീരുമാനത്തെ എതിർക്കുകയാണ്. അവൾ മോട്ടോർ ബൈക്ക് ഓടിക്കുന്നു എന്നതായിരുന്നു കുറ്റം. 'തുള്ളിച്ചി' എന്നായിരുന്നു അമ്മ അവൾക്ക് കൊടുത്ത വിശേഷണം. 'നാട്ടിൽ തറവാട്ടിൽ പിറന്ന എത്ര പെൺകുട്ടികളുണ്ട്. എന്നിട്ട് മോട്ടോർ സൈക്കിളിൽ കയറിപ്പോകുന്ന ആ തുള്ളിച്ചിയെയാണോ നിനക്ക് വേണ്ടത്' എന്നായിരുന്നു അമ്മയുടെ ചോദ്യം. പരമ്പരാഗത രീതികളിൽനിന്നും വ്യതിചലിക്കുന്ന പെൺകുട്ടികൾക്ക് നേരിടേണ്ടിവരുന്ന ആദ്യവിരോധം സ്ത്രീകളിൽ നിന്നുമാണ്. അവരുടെ വേഷത്തിനോ ഭാഷയ്ക്കോ നടപ്പുരീതികൾക്കോ സംഭവിക്കുന്ന മാറ്റങ്ങൾ ഉൾക്കൊള്ളാൻ സ്ത്രീകൾ താല്പര്യം കാണിക്കാറില്ല. സ്ത്രീകൾ ബൈക്ക് ഓടിക്കുമോ എന്ന ആശങ്ക അച്ഛൻ പങ്കുവയ്ക്കുമ്പോൾ അതേ പ്രായത്തിലുള്ള അമ്മ (ഗംഗന്റെ) ആശങ്കയ്ക്ക് പകരം 'തുള്ളിച്ചി' എന്ന ക്രൂരഫലിതമാണ് ഉപയോഗിക്കുന്നത്. പെൺകുട്ടികളുടെ പുരോഗമനപരമായ വീക്ഷണങ്ങൾക്ക് വിഘാതം നില്ക്കുന്നത് അവരുടെ വർഗ്ഗത്തിൽപ്പെട്ടവരാണെന്ന ചിന്തകൂടി മുകുന്ദൻ പങ്കുവയ്ക്കുന്നു. ഒരുപക്ഷേ, അമ്മ എതിർത്തില്ലായിരുന്നെങ്കിൽ ഗംഗന്റെ വിവാഹം നടക്കുമായിരുന്നു. വാസ്തവത്തിൽ ഗംഗന്റെ ഇഷ്ടം പെൺകുട്ടിയോടല്ലായിരുന്നു; മോട്ടോർബൈക്കിനോടായിരുന്നു. വിവാഹത്തോടുള്ള താല്പര്യം ഭൗതികവസ്തുക്കളോടുള്ള ഇഷ്ടമായി മാറുന്നതും ഈ കഥയിൽ വിമർശനമായി മാറുന്നുണ്ട്. ഫ്രീസെക്സ് എന്ന പദത്തിന് ലഭിച്ച വിപരീതാർത്ഥവും മുകുന്ദൻ ഇവിടെ വിശാലാർത്ഥത്തിൽ വിവരിക്കുന്നുണ്ട്. പാശ്ചാത്യ സംജ്ഞകൾക്ക്

ആദ്യകാലത്ത് വ്യത്യസ്തവും വിരുദ്ധവുമായ അർത്ഥമാണ് മലയാളത്തിൽ പ്രചരിച്ചത്. എക്സ്റ്റൻഷ്യലിസം എന്ന പദത്തിന് നാം കൊടുത്ത അർത്ഥങ്ങൾ പലതും ഫലിതമായിരുന്നു. ഫ്രീ സെക്സിന് കേരളീയരുടെ ഇടയിലുണ്ടായിരുന്ന അർത്ഥം കഥയിൽ വിവരിക്കുന്നുണ്ട്. മുതിർന്നവർ പറഞ്ഞ ഫ്രീ സെക്സിന് ഒരു കുട്ടി നല്കിയ അർത്ഥം വിചിത്രമാണ്.

കഥയിൽ ഈ ഭാഗം മുകുന്ദൻ വിവരിക്കുന്നത് ഇങ്ങനെ. 'അവൻ അയൽപ്പക്കത്തെ അവന്റെ ക്ലാസിൽ പഠിക്കുന്ന സുമിത്രയുടെ വീട്ടിൽ ചെല്ലുന്നു. എന്താ മോനെ സുമിത്രയുടെ അച്ഛൻ ചോദിക്കുന്നു. ഒട്ടും സംശയിക്കാതെ അവൻ പറയുന്നു. സുമിത്രയെ കാണണം. അത് പറഞ്ഞുതീരുന്നതിനുമുമ്പ് സുമിത്ര പൂമുഖത്തേക്കിറങ്ങി. എന്താ അശോകാ അവൾ ചോദിക്കുന്നു. ഒന്നുമില്ല അവൻ പറയുന്നു. സുമിത്ര പാവാട ഒന്ന് അഴിക്കണം. അതിനെന്താ വിരോധം. അവൾ പാവാട അഴിക്കുന്നു. അശോകൻ കണ്ണുനിറയെ നോക്കിക്കാണുന്നു. 'ഫ്രീ സെക്സ്.'

മാതാപിതാക്കളുടെ മുന്നിൽവച്ച് പെൺകുട്ടിയുടെ നഗ്നത ആസ്വദിക്കുന്നതാണ് ഫ്രീ സെക്സ് എന്ന ധാരണ ചിലർ പുലർത്തിയിരുന്നു. എപ്പോഴും എവിടെയും സ്വതന്ത്രമായി ലൈഗികവേഴ്ചയ്ക്കുള്ള അവസരമാണ് ഫ്രീ സെക്സ് നല്കുന്നതെന്ന് അവർ ധരിച്ചു. പുതിയ തലമുറയുടെ അബദ്ധധാരണയാണ് കുട്ടിയുടെ സ്വപ്നത്തിലൂടെ മുകുന്ദൻ ചിത്രീകരിക്കുന്നത്. ലൈംഗികതയ്ക്ക് യാഥാസ്ഥിതിക മതസ്ഥാപനങ്ങളും അധികാരകേന്ദ്രങ്ങളും നല്കുന്ന പ്രഖ്യാപിതവും അപ്രഖ്യാപിതവുമായ വിലക്കുകളെ ലംഘിക്കുന്ന സാഹചര്യത്തെയാണ് ഫ്രീ സെക്സ് എന്ന സംജ്ഞ അർത്ഥമാക്കുന്നത്. അത് അരാജകമായ ലൈംഗികബന്ധങ്ങളുടെ പ്രഖ്യാപനമല്ല. സിമോൺ ദി ബുവ്വ 'സെക്കന്റ് സെക്സി'ലൂടെ ഉയർത്തിയ വാദത്തിന്റെ പ്രതിവാദമാണ് പലരും പ്രചരിപ്പിച്ചത്. പുരുഷന്മാർ കൈയടക്കിവച്ചിരിക്കുന്ന ലൈംഗികത സ്ത്രീക്ക് കൂടി അവകാശപ്പെട്ടതാണെന്ന പ്രഖ്യാപനമാണ് ബുവ്വ നടത്തിയത്. ലൈംഗികതയിൽ സ്ത്രീയുടെ ഇച്ഛയ്ക്ക് പ്രാധാന്യമുണ്ടെന്ന വാദം അവർ ഉന്നയിച്ചു. അത് കുത്തഴിഞ്ഞ സ്വതന്ത്രലൈംഗികതയ്ക്കുള്ള ലൈസൻസ് ആയിരുന്നില്ല.

'ആൺകോയ്മ' എന്ന പദം നൂറാവർത്തി ഉപയോഗിച്ച് മുകുന്ദന്റെ നോവലുകൾ സ്ത്രീവിരുദ്ധത പ്രകടിപ്പിക്കുന്നവയാണെന്ന് സമർത്ഥിക്കുന്ന ഒരു പ്രബന്ധം ഓൺലൈനിൽ വായിക്കാൻ കഴിഞ്ഞു. എന്തിലും ഏതിലും സ്ത്രീവിരുദ്ധത ആരോപിക്കുന്ന പുതിയ എഴുത്തിന്റെ ഭാഗമാണ് ഈ ആരോപണവും. നോവലിന്റെ പ്രതലങ്ങളിലൂടെ വായന നടത്തുകയും ഏതെങ്കിലും കഥാപാത്രത്തിന്റെ അതിവൈകാരികമായ സംഭാഷണത്തെ മുൻനിർത്തി മുകുന്ദനെ സ്ത്രീവിരുദ്ധനാക്കുകയും ചെയ്യുന്നത് അപകടകരമായ സമീപനമാണ്. പാശ്ചാത്യ സ്ത്രീനിരൂപകരെയും അവരുടെ ചിന്തകളെയും സ്ഥാനത്തും അസ്ഥാനത്തും ഉപയോഗപ്പെടുത്തിയാണ് സ്ത്രീവിരുദ്ധവീക്ഷണങ്ങൾ കണ്ടെത്തുന്നത്.

സിമോൺ ദി ബുവ്വ എന്ന എഴുത്തുകാരിയെ ഇതിനായി പലപ്പോഴും ഉപയോഗപ്പെടുത്താറുണ്ട്. 'മോട്ടോർ സൈക്കിൾ ഓടിക്കുന്ന പെൺകുട്ടി' എന്ന കഥയിൽ ഈ എഴുത്തുകാരിയെ പരാമർശിക്കുന്നുണ്ട്. യൂറോപ്പിൽ ഫ്രീ സെക്സിനു വഴിയൊരുക്കിയത് സിമോൺ ദ ബുവ്വല്ലേ, നമ്മുടെ പഞ്ചായത്തിലെ ബുവ്വയാണ് ഗോപാലൻ നായരുടെ മകൾ എന്നാണ് ഒരു ചെറുപ്പക്കാരൻ അഭിപ്രായപ്പെടുന്നത്. ഈ ചെറുപ്പക്കാരനെപ്പോലെയാണ് നമ്മുടെ പല പ്രബന്ധമെഴുത്തുകാരും. ഫ്രീസെക്സ് എന്താണെന്നോ ബുവ്വയുടെ ചിന്തകൾ എന്താണെന്നോ പലർക്കും അറിയുകയില്ല.

സദാചാരം ഒരു കള്ളനാണയമാണെന്ന പ്രശ്നമാണ് ഇവിടെ ഉന്നയിക്കുന്നത്. എല്ലാ സദാചാരവാദികൾക്കും പിന്നിൽ വ്യക്തിപരമോ കുടുംബപരമോ ആയ പ്രശ്നങ്ങൾ ഉണ്ടായിരിക്കും. അതിൽനിന്ന് രക്ഷപ്പെടാനോ അതിനോട് പ്രതികാരം ചെയ്യാനോ ആണ് ഓരോ സദാചാരപ്രശ്നങ്ങളും സംഭവിക്കുന്നത്. ബൈക്ക് സ്വന്തമാക്കാനുള്ള ഗംഗന്റെ ശ്രമങ്ങൾ പരാജയപ്പെട്ടപ്പോൾ അയാൾ ആ ബൈക്ക് ഉപയോഗിക്കുന്ന പെൺകുട്ടിയിൽ സദാചാരത്തിന്റെ പ്രശ്നം ഉന്നയിക്കുകയും ചെയ്തു. ഇതുപോലെ സമൂഹത്തിൽ ഏതെങ്കിലും തരത്തിലുള്ള പ്രശ്നങ്ങൾ ഉള്ളവരാണ് ചായക്കടകളിലും വായനശാലകളിലുമിരുന്ന് ബീഡിപുകച്ച് സദാചാര പ്രശ്നങ്ങളുടെ കെട്ടുകൾ അഴിക്കുന്നത്. മുകുന്ദന്റെ കഥയുടെ രചനാകാലം വായനശാലകളും ചായക്കടകളുമായിരുന്നെങ്കിൽ ഇപ്പോൾ സ്ഥലങ്ങൾ മാറി വരുന്നുണ്ട്. അത് പത്ര ആഫീസുകളും കോഫി ഹൗസുകളുമായി രൂപാന്തരം പ്രാപിച്ചിട്ടുണ്ട്.

മോട്ടോർസൈക്കിൾ ഓടിക്കുന്ന പെൺകുട്ടിയെ മുകുന്ദന്റെ മിക്ക കഥകളിലും കാണാം. 'പാവാടയും ബക്കിനിയും' എന്ന കഥയിൽ ഈ പെൺകുട്ടി സുമിത്രയായി വരുന്നുണ്ട്. നാഷണൽ ഇൻസ്റ്റിറ്റ്യൂട്ട് ഓഫ് ഫാഷൻ ടെക്നോളജിയിൽ പഠിക്കുന്ന സുമിത്രയുടെ ഒരു ഫോട്ടോ ഫാഷൻ മാഗസിനിൽ വന്നതിനുശേഷമുള്ള സംഭവങ്ങളാണ് കഥയുടെ പ്രമേയം. സ്വിമ്മിങ്പൂളിന്റെ കരയിൽ പാതിവസ്ത്രം ധരിച്ച് നില്ക്കുന്ന ചിത്രമാണ് അച്ചടിച്ചുവന്നത്. പ്രൊഫസറായ അച്ഛനും ടീച്ചറായ അമ്മയ്ക്കും ആകെ അപമാനമായി. ബന്ധുക്കളോടും സഹപ്രവർത്തകരോടും ഇനി എന്തു പറയുമെന്ന് അവർ ആശങ്കപ്പെട്ടു. തന്റെ ചെറുപ്പകാലത്ത് *ബ്ലിറ്റ്സ്* വാരികയിൽ അച്ചടിച്ചുവന്ന സ്വിമ്മിങ് പൂളിൽ പിറന്നപടി നീന്തിത്തുടിച്ച ക്രിസ്റ്റീൻ കീലറെയാണ് അച്ഛന് ഓർമ്മ വന്നത്. മകളുടെ ചിത്രത്തിലൂടെ മറ്റൊരു സ്ത്രീയുടെ നഗ്നതയെ ഓർമ്മിച്ചെടുത്ത അച്ഛനാണ് ഇപ്പോൾ സദാചാരപ്രശ്നങ്ങൾ ഉന്നയിക്കുന്നത്. ഫാഷൻ ടെക്നോളജി പഠിക്കുന്ന പെൺകുട്ടികൾ മോഡലിങ് രംഗത്ത് ശോഭിക്കുക സ്വാഭാവികമാണ്. അതുകൊണ്ടുതന്നെ അവരുടെ ചിത്രങ്ങൾ ഫാഷൻ മാഗസിനുകളിൽ കളർഫുളായി വരും. ഫാഷനേതര വിഷയങ്ങൾ പ്രതിപാദിക്കുന്ന മാഗസിനുകളിൽ ചിത്രങ്ങൾ വരുമ്പോഴാണ് അസ്വാഭാവികത

യുണ്ടാകുന്നത്. മോഡലിങ് രംഗത്ത് പ്രവർത്തിക്കുന്നവർക്ക് ഫാഷൻഭ്രമം വരുക സ്വാഭാവികമാണ്. ശരീരത്തെ മിനുക്കിയെടുത്ത് അവതരിപ്പിക്കുക എന്നത് അവരുടെ തൊഴിൽപരമായ സ്വാതന്ത്ര്യമാണ്. അച്ഛന്റെയും അമ്മയുടെയും പരാതി കേൾക്കുന്ന സുമിത്രയുടെ മറുപടിയിൽ ഈ ആശയം വരുന്നുണ്ട്. 'ആ ഫോട്ടോ കണ്ട് എത്രയാളുകളാണ് എന്നെ അനുമോദിച്ചത്. എത്ര ഫോൺകോളുകളാ എനിക്ക് കിട്ടിയത്. അച്ഛനറിയ്യോ, നെറ്റ് സ്റ്റാറ്റിസ്റ്റിക്സ് മിസ് ഇന്ത്യാ ഏഷ്യാ പസഫിക്കിന്റേതായ ഈ ഫിഗർ ലോകത്തെ കാണിക്കുന്നതിൽ എനിക്ക് അഭിമാനമുണ്ട്.' മകളുടെ വാക്കുകൾക്കുമുന്നിൽ മാതാപിതാക്കൾ പതറിപ്പോവുകയാണ്. തറവാടിനു ചീത്തപ്പേര് കേൾപ്പിക്കുമോ എന്ന ബാലിശമായ ചോദ്യത്തെ അവൾ അവഗണിക്കുകയാണ്. പരമ്പരാഗത ധാരണകൾക്കെതിരെയുള്ള പെൺകുട്ടികളുടെ കലഹം നാൾക്കുനാൾ കൂടുകയാണ്. വൈവിദ്ധ്യമായ തൊഴിൽമേഖലകളിലൂടെയും അപരിചിതമായ ജീവിതവഴികളിലൂടെയും അവർ കൂസലില്ലാതെ സഞ്ചരിക്കുന്നു. ഈ സഞ്ചാരത്തെ പിന്നീട് നാം കാണുന്നത് 'ഓട്ടോറിക്ഷാക്കാരന്റെ ഭാര്യ' എന്ന കഥയിലാണ്.

മീത്തലപ്പുരയിൽ സജീവനും നെടുമ്പ്രയിൽ ബാലന്റെ മകൾ രാധികയുമാണ് ഈ കഥയിലെ പ്രധാന കഥാപാത്രങ്ങൾ. തന്റേടിയും കാര്യങ്ങളെ പ്രായോഗിക ബുദ്ധിയോടെ സമീപിക്കുന്നവളുമായിരുന്നു രാധിക. കല്യാണരാത്രിയിൽതന്നെ തന്റെ ജീവിതസമീപനം അവൾ വെളിപ്പെടുത്തുന്നുണ്ട്. പാരവശ്യത്തോടെ സമീപിച്ച സജീവനോട് അവൾ പറഞ്ഞു. "അതിനു ഇനീം സമയോംണ്ട്. ഇപ്പോ മ്മക്ക് കൊറേ കാര്യങ്ങൾ സംസാരിക്കാനുണ്ട്.

"എന്ത് കാര്യം." നാളെ മുതൽ ഓട്ടോ ഓടിച്ചു കിട്ടുന്ന പൈസ മുഴുവനും എന്റെ കൈയിൽ തരണം. ഞാൻ കണക്ക് വെച്ചോളാം. എല്ലാ കടോം മ്മക്ക് വീട്ടണം. ന്നിട്ട് മതി കുട്ട്യോള്." ഭർത്താവിന്റെ കടവും ലോണും അടച്ചുതീർക്കാനുള്ള മാർഗ്ഗങ്ങളാണ് ആദ്യ ദിവസം അവൾ ചർച്ച ചെയ്തത്. മൂന്നരപവൻ എന്നുപറഞ്ഞ് മുക്കാൻ പവൻ താലിമാല നല്കിയ സജീവനെ അവൾ പൊളിച്ചടുക്കുന്നുണ്ട്. മലയാളിയുടെ സങ്കല്പത്തിലുള്ള ആദ്യരാത്രിയുടെ ലക്ഷണങ്ങളാണ് ഇവിടെ നിലത്തുവീഴുന്നത്. കാല്പനികവും വൈകാരികഭാവവും ഇടകലരുന്ന ആദ്യാനുഭവനിമിഷങ്ങളെയാണ് കടവും ലോണും പറഞ്ഞ് തള്ളിക്കളയുന്നത്. നമ്മുടെ സങ്കല്പങ്ങൾക്കുമേൽ ഇടിത്തീ വീഴ്ത്തിക്കൊണ്ട് രാധിക നിറമുള്ള ഒരു കൊച്ചു പൊതി പുറത്തെടുക്കുന്നു. "എന്താ രാധികേ ഇത്."

"നല്ല കഥ നിങ്ങള് ആണുങ്ങള് ഉപയോഗിക്കുന്ന സാധനം നിങ്ങൾക്ക് കണ്ടാലറിയില്ലേ? കുട്ട്യോള് ഉണ്ടാകാതിരിക്കാനുള്ള സാധനാ ഇത്."

"നിനക്ക് എവിടന്ന് കിട്ടി."

"കിട്ട്യതല്ല. മേടിച്ചത്." കഥയിലെ ഓരോ ഭാഗവും ഇങ്ങനെ അമ്പരപ്പിച്ചുകൊണ്ടാണ് മുന്നേറുന്നത്. ലജ്ജയാൽ വിടരുന്ന പുഷ്പമോ എന്ന് പാടിപ്പതിഞ്ഞ കവിഭാവനകളെല്ലാം ഇവിടെ തകരുന്നു. പകരം തനത്

ജീവിതത്തിന്റെ പരിസരങ്ങളിലേക്ക് മിഴി തുറക്കുകയാണ് രാധിക. അലസനായ സജീവനെ ഉപദേശിച്ചും കാര്യങ്ങൾ ബോദ്ധ്യപ്പെടുത്തിയും മുന്നോട്ടു കൊണ്ടുപോകാൻ അവൾ ശ്രമിക്കുന്നുണ്ട്. എന്നാൽ ഫലം നിഷ്ഫലമായിരുന്നു. അതുകൊണ്ടുതന്നെ കടം കൂടുകയും ലോൺ പെരുകുകയും ചെയ്തു. ജീവിതം ദുർബ്ബലമായി തുടങ്ങിയപ്പോൾ രാധിക ഓട്ടോറിക്ഷ ഓടിച്ചുതുടങ്ങി. ജീവിതം ക്രമമായിത്തുടങ്ങിയപ്പോൾ കടവും ലോണും വീടുക മാത്രമല്ല മൂന്നര പവന്റെ മാല വാങ്ങിക്കുകയും ചെയ്തു. മോട്ടോർ സൈക്കിൾ ഓടിക്കുന്ന പെൺകുട്ടിക്ക് ജീവിതം ഒരു കൗതുകമായിരുന്നു. എന്നാൽ അവൾ വളർന്ന് വലുതായപ്പോൾ ജീവിതത്തെ പിടിച്ചെടുക്കാനുള്ള ധീരത പ്രകടിപ്പിക്കുകയാണ്. മോട്ടോർ സൈക്കിൾ പഠിപ്പിക്കാൻ അവൾക്കൊരു ഗുരു ഉണ്ടായിരുന്നു. എന്നാൽ ഓട്ടോറിക്ഷാ ഓടിക്കാൻ ആരുടെയും സഹായത്തിനായി അവൾ കാത്തുനിന്നില്ല. കാരണം ജീവിതം ഒരു പദപ്രശ്നംപോലെ അവൾക്കുമുന്നിൽ നില്ക്കുകയായിരുന്നു. ഈ കഥയിൽ ഏറെ പ്രശംസനീയമായി തോന്നിയത് രാധികയ്ക്ക് സഹപ്രവർത്തകർ നല്കിയ പിന്തുണയായിരുന്നു. പുരുഷകേന്ദ്രിത തൊഴിൽ മേഖലയിലേക്ക് അവളെ മറ്റുള്ളവർ ഏറെ അംഗീകാരത്തോടെ വരവേല്ക്കുകയായിരുന്നു. അല്ലറ ചില്ലറ ശല്യങ്ങൾ ഉണ്ടായപ്പോൾ സഹപ്രവർത്തകർ ഒപ്പം നില്ക്കുകയും ചെയ്തു. ലജ്ജാവതിയേ എന്ന വിശേഷണം ഇനി സ്ത്രീകൾക്ക് നല്കാൻ കഴിയാത്തവിധം അവർ മാറിത്തുടങ്ങിയതായി കാണാം.

പൊതുസമൂഹം പരിഗണിക്കാതിരിക്കുന്ന സ്ത്രീകളുടെ ജീവിതത്തെയും എം മുകുന്ദൻ സൂക്ഷ്മമായി ചിത്രീകരിക്കുന്നുണ്ട്. മാന്യന്മാരായി അറിയപ്പെടുകയും വിശുദ്ധ ജീവിതത്തിന്റെ ഉദാത്ത മാതൃകയായി സ്വയം വിശേഷിപ്പിക്കുകയും ചെയ്യുന്നവരുടെ ഇടയിൽ ആരാലും ശ്രദ്ധിക്കപ്പെടാതെ പോകുന്ന, ദുർബ്ബലരും ശരീരത്തെ തൊഴിൽസ്ഥലമായി കരുതുകയും ചെയ്യുന്ന സ്ത്രീകളെ ഉന്നതമായ നീതിബോധത്തോടെ അവതരിപ്പിക്കാൻ മുകുന്ദന് കഴിഞ്ഞിട്ടുണ്ട്. ചെറുതും വലുതുമായ ജീവിതത്തെ അതിന്റെ വൈവിദ്ധ്യങ്ങളിൽ മനസ്സിലാക്കാനുള്ള വൈഭവം മുകുന്ദന്റെ പ്രത്യേകതയാണ്. 'വേശ്യകളെ നിങ്ങൾക്കൊരമ്പലം' എന്ന കഥ ഇതിന്റെ മികച്ച ഉദാഹരണമാണ്. വേശ്യകളെ പ്രമേയമായി സ്വീകരിച്ച മലയാളത്തിലെ മികച്ച കഥകളിൽ ഒന്നാണിത്. കാവ്യാത്മകമായ ഭാഷയും കാച്ചിക്കുറുക്കിയ സംഭാഷണവും ഈ കഥയെ കൂടുതൽ ഉദാത്തമാക്കുന്നുണ്ട്. ഹരിദ്വാറിലേക്കുള്ള യാത്രയിൽ ഒരു വേശ്യയെ കൂടെ കൂട്ടുന്ന ഒരുവന്റെ കഥയാണിത്. പവിത്രമായ സ്ഥലമെന്ന് പൊതുസമൂഹം കരുതുന്ന ഒരിടത്തേക്കാണ് വേശ്യയെപോലുള്ള ഒരാളെ കൂട്ടുന്നത്. ഹരിദ്വാറിലേക്കുള്ള ഈ പ്രവേശനം ചില വ്യവസ്ഥകൾക്കെതിരെയുള്ള താക്കീതാണ്. വേശ്യകളെ മാലാഖമാരായും ദേവതകളുമായി കഥയിൽ വിശേഷിപ്പിക്കുന്നുണ്ട്. ഈ വിശേഷണത്തിലും വിപ്ലവത്തിന്റെ

സ്വരമുണ്ട്. 'മനുഷ്യന് സുഖം നല്കി സമുദായത്തിന്റെ നാറുന്ന ഓടയിൽ ഉഷ്ണരോഗംവന്ന് ചത്തൊടുങ്ങുന്ന വേശ്യകൾക്കുവേണ്ടി ലോകമേ, നീ കണ്ണീരൊഴുക്കൂ. വേശ്യകൾ മാലാഖമാരാണ്, തപസ്വിനികളാണ്, ദേവതകളാണ്. വേശ്യകളേ, നിങ്ങൾക്കു വേണ്ടി ഞാൻ കണ്ണീരൊഴുക്കുന്നു.' ഇങ്ങനെ ആദ്യ വായനയിൽ വിചിത്രമെന്നു തോന്നുന്ന ആശയങ്ങളാണ് ഈ കഥയെ വേറിട്ട് നിർത്തുന്നത്. പാപത്തിന്റെ നദികളിൽ ജീവിക്കുന്നവർക്ക് മോക്ഷം നല്കുകയല്ല പകരം അവർക്ക് സ്നേഹവും കരുതലും നല്കൂ എന്ന സന്ദേശമാണ് കഥയിൽ വളരുന്നത്. ദേവിയോടുള്ള നായകന്റെ പ്രാർത്ഥനയിൽ അതു വരുന്നുണ്ട്. 'ദേവീ, നിനക്കുവേണ്ടി ഞാൻ പുഷ്പങ്ങൾ കൊണ്ടുവന്നിട്ടില്ല. സുഗന്ധദ്രവ്യങ്ങളുമില്ല എന്റെ വശം. പുഷ്പങ്ങൾക്കും സുഗന്ധദ്രവ്യങ്ങൾക്കും പകരം ഞാൻ പുഷ്പത്തെക്കാളും സുഗന്ധദ്രവ്യത്തെക്കാളും പരിശുദ്ധിയുള്ള വേശ്യയെ കൊണ്ടുവന്നിരിക്കുന്നു. സ്വീകരിച്ചാലും.' പുഷ്പങ്ങളെക്കാളും സുഗന്ധദ്രവ്യങ്ങളെക്കാളും പരിശുദ്ധമായ വേശ്യയെ അവതരിപ്പിച്ചതിലൂടെ ഒരെഴുത്തുകാരൻ എന്ന നിലയിൽ താൻ ആർക്കൊപ്പമാണെന്ന സൂചനയാണ് മുകുന്ദൻ നല്കുന്നത്. ബഷീറിന്റെ *ശബ്ദങ്ങൾ* നിരൂപണം ചെയ്തുകൊണ്ട് എം എൻ വിജയൻ ഉയർത്തിയ ചിന്തകൾ ഇതിനോടൊപ്പം ചേർത്തു വായിക്കാം.

ഉറുമ്പുകൾ ഓടിനടക്കുന്ന വൃത്തിഹീനമായ സ്ഥലത്ത് വേശ്യാസ്ത്രീയെ പ്രാപിക്കാനായി എത്തുന്ന ഒരുവനെക്കുറിച്ച് ബഷീർ എഴുതിയിട്ടുണ്ട്. കരയുന്ന കുഞ്ഞിനെ തോളിൽ ചായിച്ച് വേശ്യാസ്ത്രീ പറയുന്നുണ്ട് നിങ്ങളുടെ വീട്ടിലേക്ക് പോയാലോ. കോട്ടും സ്യൂട്ടുമിട്ട് അയാൾ ഉടനെ പറഞ്ഞു. അവിടെ ഭാര്യയുണ്ട്. വിശന്ന് കരയുന്ന കുഞ്ഞിന് ബിസ്ക്കറ്റ് വാങ്ങാൻ അന്യന്റെ മുന്നിൽ തുണിയഴിക്കുന്ന സ്ത്രീയും പ്രസവിച്ച് കിടക്കുന്ന ഭാര്യയെ മറന്ന് അന്യ സ്ത്രീയെ പ്രാപിക്കാൻ എത്തുന്ന പുരുഷനും ഇവരിൽ ആർക്കാണ് മാന്യതയെന്ന് വിജയൻ മാഷ് ചോദിക്കുന്നുണ്ട്. നമ്മുടെ സദാചാര രീതികളെ പൊളിച്ചെഴുതുകയായിരുന്നു ബഷീറെന്ന് വിജയൻമാഷ് നിരീക്ഷിക്കുന്നു. ശബ്ദങ്ങളും പാവപ്പെട്ടവരുടെ വേശ്യയും സൃഷ്ടിച്ച സദാചാര വിരുദ്ധസമീപനങ്ങളെ കൂടുതൽ വിപുലമാക്കുകയായിരുന്നു മുകുന്ദൻ.

ഒരു എഴുത്തുകാരൻ എന്ന നിലയിൽ മുകുന്ദനെ ഏറെ സ്നേഹിക്കാൻ പ്രേരിപ്പിക്കുന്ന രചനയാണ് 'മുണ്ഡനം ചെയ്യപ്പെട്ട ജീവിതം.' കാരുണ്യരഹിതമായ ഒരു സമൂഹവും അതിനെ നിയന്ത്രിക്കുന്ന ക്രിമിനൽ അധികാരഘടനയും ഈ കഥയുടെ ഉള്ളിൽക്കിടന്ന് തന്റെ രൗദ്രം പ്രകടിപ്പിക്കുന്നുണ്ട്. മനുഷ്യത്വത്തെ കെടുത്തിക്കളയുന്ന അധികാര ഭ്രാന്തിനെതിരെയുള്ള രൂക്ഷ വിമർശനമാണ് ഈ കഥ. വെയിലേറ്റ് മുഖം പൊള്ളിയ, എല്ലിച്ച കൈകാലുള്ള വയോധികനായ ഒരു മനുഷ്യന് വെള്ളം കൊടുത്തതിന്റെ പേരിൽ നായക കഥാപാത്രം ചാട്ടവാറടിയേല്ക്കുകയാ

ണ്. ദാഹിക്കുന്നവർക്ക് വെള്ളം കൊടുക്കുവാൻ നീ ആരാണ് എന്ന ചോദ്യം ഓരോ വായനയിലും ഞെട്ടലുളവാക്കുന്നു. മനസ്സിന്റെ സ്വാസ്ഥ്യം കെടുത്തിക്കളയുന്ന ഈ കഥയിലെ കേന്ദ്രകഥാപാത്രം ഒരു സ്ത്രീ ആയിരുന്നുവെങ്കിൽ എന്ന് ചിന്തിച്ചിട്ടുണ്ട്. ആർദ്രതയും അലിവും കരുതലും കൂടുതൽ പ്രകടമാകുന്നത് സ്ത്രീകളിലാണെന്ന വിചാരമാണ് ഈ ചിന്തയുടെ പ്രേരണ. മുണ്ഡനം ചെയ്യപ്പെട്ട ശിരസ്സ് ഒരു സ്ത്രീയുടേതാണെന്ന് പലപ്പോഴും കരുതിയിട്ടുണ്ട്. എല്ലായിടത്തുനിന്നും അവഹേളനവും ഒറ്റപ്പെടലും മർദ്ദനവും നേരിടേണ്ടിവരുമ്പോഴും പൊരുതാനുള്ള ഇച്ഛാശക്തിയും കരുണയും കൂടുതൽ പ്രകടമാകുന്നത് സ്ത്രീകളിലാണ്. അതുകൊണ്ടാണ് ആ വയോധികന് വെള്ളം നല്കിയത് ഒരു സ്ത്രീയാണെന്ന് ഇപ്പോഴും കരുതുന്നത്. കരുണ പ്രകടിപ്പിക്കുന്ന ഒപ്പം പ്രതികരിക്കാൻ പ്രേരണ നല്കുന്ന സ്ത്രീ കഥാപാത്രങ്ങളാണ് മുകുന്ദന്റെ രചനകളെ അത്ഭുതകരമായി മുന്നോട്ടുനയിക്കുന്നത്.

ബഹുസ്വരതയുടെ ആഖ്യാനപാഠങ്ങൾ

I guess Surrealism has a draw for me because it's an unknown world. It's a world of subconscious. Some things you can't really get your hands on very easily. Things that are kind of nebulous and they feel like they're not completely formed. You have to feel your way through that.

Gtoye

എഴുത്തുകാർ പല വഴികളിലൂടെയും സഞ്ചരിക്കുന്നവരാണ്. വായനക്കാരന് അപരിചിതമായ വഴികളും അനുഭവങ്ങളും അയാൾ സ്വീകരിക്കാറുണ്ട്. ചിലപ്പോൾ ബോധത്തെ പൂർണ്ണമായും കെടുത്തിക്കളഞ്ഞ് അബോധത്തിന്റെ ഇടങ്ങളിലേക്ക് അയാൾ ഇറങ്ങിപ്പോകും. രചനയുടെ നിമിഷങ്ങളിൽ അയാൾ നിയന്ത്രണങ്ങളെ മാനിക്കാതെ അബോധത്തെ സ്വതന്ത്രമാക്കും. ഒരു തരം ഓട്ടോമാറ്റിസം പ്രകടമാക്കുന്ന രചനാരീതികളുമുണ്ട്. തടസ്സമില്ലാതെ, ചിന്തയുടെ കൂടുകൾ അവർ തുറന്നു വിടും. ബോധത്തെ തിരസ്കരിക്കുകയും അബോധത്തെ സ്വീകരിക്കുകയും ചെയ്യുന്ന സർറിയലിസ്റ്റിക് രീതി എഴുത്തിന്റെ വഴികളെ കൂടുതൽ പ്രകാശപൂർണ്ണമാക്കുന്നുണ്ട്. വിചിത്രമായ ഭാവനയുടെ ആവിഷ്കാരമാണ് കലയെന്ന നിർവ്വചനം ഇവിടെ സാർത്ഥകമാകുന്നു. നിയന്ത്രണങ്ങളിൽനിന്നും മനുഷ്യൻ മോചനം നേടാൻ ആഗ്രഹിക്കും പോലെ പരമ്പരാഗത നിയമങ്ങളിൽനിന്നും വിടുതൽ നേടാൻ കലയും ആഗ്രഹിക്കുന്നു. നിയതമായ വ്യവസ്ഥകളിൽ നിന്നുള്ള കുതറിമാറലായി സർറിയലിസം പ്രത്യക്ഷപ്പെടുകയായിരുന്നു. ചിത്രകലയിൽ രൂപപ്പെട്ട ഈ പ്രസ്ഥാനം സാഹിത്യത്തിലും വമ്പിച്ച ചലനങ്ങൾ സൃഷ്ടിച്ചു. സർറിയലിസത്തിന്റെ വിചിത്രധാരണകളെ സാഹിത്യം സ്വീകരിക്കുകയായിരുന്നു. അയുക്തിയും ഭ്രമാത്മകതയും വിചിത്ര കല്പനകളും സാഹി

തൃത്തിന്റെ സൗന്ദര്യ ശോഭയെയും ഉൾക്കാഴ്ചയെയും വർദ്ധിപ്പിച്ചു. പ്രത്യക്ഷമായി ബന്ധമില്ലാത്ത ആശയങ്ങൾപോലും മതിയാവോളം സ്വീകരിക്കപ്പെട്ടു. സാഹിത്യത്തിന് ഇതര കലകളോടുള്ള ബന്ധവും സംവാദവും ഇതുമൂലം സ്വീകാര്യമായി. അന്തർവൈജ്ഞാനിക (Inter-disciplinary) ചർച്ചകൾ കൂടുതൽ വിപുലമായി. ഒന്നിന് മറ്റൊന്നിനോടുള്ള സാമ്യം, വിരുദ്ധമായിട്ടുള്ളവയാണെങ്കിൽ കൂടി, ചർച്ച ചെയ്യപ്പെട്ടു. ഇതിനെല്ലാം സർറിയലിസ്റ്റിക് ശൈലികളാണ് ആധാരമായത്. ആഖ്യാനത്തിന്റെ ബഹുപാഠങ്ങളാണ് അവ സൃഷ്ടിച്ചത്.

നമ്മുടെ ഭാവനയെയും കാഴ്ചയെയും മറികടക്കുവാൻ ഈ പ്രസ്ഥാനത്തിനു കഴിഞ്ഞു. അവിചാരിതമായ കൂട്ടിച്ചേർക്കലുകളും സംഭവങ്ങളും ഇവിടെ ഉണ്ടാകുന്നു. വ്യവസ്ഥകളെല്ലാം ശിഥിലമാകുന്നുവെന്ന് പറയാം. അതുകൊണ്ടാണ് സർറിയലിസം വിനാശകരമാണെന്ന് സൽവ്വദോർ ദാലി അഭിപ്രായപ്പെട്ടത്[1] നമ്മുടെ വായനയെ പരിമിതപ്പെടുത്തുന്ന സകലവിധ ധാരണകളെയും മറികടന്ന് പോകാൻ സർറിയലിസത്തിന് കഴിഞ്ഞുവെന്നും ദാലി എഴുതുന്നുണ്ട്. അവിടെ മരിച്ചവരും ജീവിച്ചിരിക്കുന്നവരും തമ്മിൽ സംവാദത്തിൽ ഏർപ്പെടുന്നു. വ്യത്യസ്തമായ കലാനിർമ്മാണത്തിൽ ഏർപ്പെട്ടവർ തമ്മിൽ സൗഹൃദത്തിലാകുന്നു. കാലവും ദേശവും ഇവിടെ മാഞ്ഞുപോകുന്നു. അപരിചിത ദേശങ്ങൾ പരിചിതമാകുകയും പരിചിതരെപ്പോലെ അപരിചിതർ പെരുമാറുകയും ചെയ്യുന്നു. അതുകൊണ്ടാണ് ഇത് അബോധത്തിന്റെ ഒരു ലോകമാണെന്ന് പറയുന്നത്. വ്യക്തവും സുതാര്യവുമായ ഒരു സംവാദത്തിനുള്ള അവസരം ഇവിടെയില്ല. ആശയ വ്യക്തതയ്ക്കുള്ള മാർഗ്ഗങ്ങൾ വായനക്കാരനോ/ കാഴ്ചക്കാരനോ സ്വയം തെരഞ്ഞെടുക്കണം. നിരവധി വിജ്ഞാനമേഖലകൾ തുറന്നു കിടക്കുന്നതിനാൽ സർറിയലിസത്തിൽ അതിനുള്ള വഴിയുമുണ്ട്. അന്തർവൈജ്ഞാനികത ഈ പഠനശാഖയുടെ തുടർച്ചയായി നിരീക്ഷിച്ചെടുക്കാം. വിവിധ വിഷയങ്ങളുടെ സഹകരണം സർറിയലിസത്തിന്റെ പ്രത്യേകതയാണ്. കലയിലെ ബഹുസ്വരതയെ സംബന്ധിക്കുന്ന പഠനങ്ങൾക്ക് ഇവിടെ പ്രസക്തിയുണ്ട്. സർറിയലിസത്തെ സൂക്ഷ്മതയോടെ അവതരിപ്പിച്ച എഴുത്തുകാരനാണ് എം മുകുന്ദൻ. റിയലിസത്തിന്റെ എതിർ ദിശയിൽ നില്ക്കുന്ന ധാരാളം രചനകൾ അദ്ദേഹത്തിനുണ്ട്. 'ചിറകുള്ള തീവണ്ടി' എന്ന കഥയിലൂടെ ഈ പ്രസ്ഥാനത്തിന്റെ മാർഗ്ഗരേഖകൾ അദ്ദേഹം വെളിപ്പെടുത്തിയിട്ടുണ്ട്. 'അമേരിക്കയിലെ മിഷിഗൻ യൂണിവേഴ്സിറ്റി പ്രസിദ്ധീകരിച്ച എന്റെ കഥാസമാഹാരത്തിൽ ഈ കഥയുണ്ട്. സർറിയലിസ്റ്റിക് ചിത്രകാരനായ റെനെ മാഗ്രിറ്റ് ഒരു പൂവിനെ വരച്ച് അതിന്റെ താഴെ ഇത് പൂവല്ല എന്ന് എഴുതിവയ്ക്കുന്ന യുക്തിബോധം എന്നെ ആകർഷിച്ചിരുന്നു. സർ റിയലിസത്തിൽ ഭ്രമകല്പനയുടെയും സ്വപ്നത്തിന്റെയും തലങ്ങളുണ്ട്. അതൊക്കെ എന്റെ സൂക്ഷ്മബോധത്തിൽ ലയിച്ചിട്ടുണ്ടാവണം.'[2] വൈവിദ്ധ്യങ്ങളുടെ ഒരു നിരതന്നെ അദ്ദേഹത്തിന്റെ രചനാലോകത്തുണ്ട്.

*മാതൃഭൂമി*യിൽ പ്രസിദ്ധീകരിച്ച 'സെസാൻ' സർറിയലിസ്റ്റിക് ശൈലിയിൽ എഴുതപ്പെട്ട ഒരു കഥയാണ്. അമ്പരപ്പിക്കുന്ന ഒരു പ്രമേയം ഇവിടെയുണ്ട്. എന്നാൽ അത് സ്തോഭജനകമായ അന്തരീക്ഷം ജനിപ്പിക്കുന്നില്ല. മരിച്ചവരും ജീവിച്ചിരിക്കുന്നവരും തമ്മിലുള്ള സംഭാഷണമാണ് കഥയുടെ കാതൽ. എന്നാൽ അത് ഭ്രമാത്മകതയുടെ തലത്തിലേക്ക് ഉയരുന്നില്ല. സർറിയലിസത്തെ റിയലിസത്തിലേക്ക് ഉരുക്കിലയിപ്പിക്കുന്ന ഒരു പുതിയ ആഖ്യാനതന്ത്രമാണ് മുകുന്ദൻ സ്വീകരിക്കുന്നത്. ഭ്രമകല്പനയുടെ വഴികളിലേക്ക് തെന്നിപ്പോകാമായിരുന്ന ഒരു കഥയെ അതിൽനിന്നും അദ്ദേഹം രക്ഷിച്ചെടുക്കുകയും അങ്ങനെ സർറിയലിസം മറ്റൊരുവഴിയിലൂടെ നമ്മുടെ മുന്നിലെത്തുകയും ചെയ്തു.

ഒരു പ്രോജക്ടിന്റെ ഭാഗമായി പാരിസിലെത്തുന്ന ചിത്രകാരനായ അമർത്യന്റെ കഥയാണ് 'സെസാൻ.' പാരീസിലെ മഞ്ഞുവീണ തെരുവുകളും വെണ്മയാർന്ന ബസിലിക്കയും ലൂവ്ര മൂസിയവും കഥയുടെ ഭംഗിയെ വിപുലപ്പെടുത്തുന്നുണ്ട്. കഠിനമായ യാഥാർത്ഥ്യങ്ങളെ മഞ്ഞിന് കിനാക്കളാക്കി മാറ്റാൻ കഴിയുമെന്ന് കഥയുടെ തുടക്കത്തിൽ മുകുന്ദൻ എഴുതുന്നുണ്ട്. അമർത്യൻ തന്റെ കാഴ്ചകൾക്കപ്പുറത്തെ കിനാക്കളെ കഥയിലേക്ക് രൂപപ്പെടുത്തുന്നതിന്റെ സൂചനയാണിത്. മഞ്ഞുവീണ തെരുവിലൂടെയുള്ള അമർത്യന്റെ യാത്രയും അയാൾക്കുള്ളിൽ അനുഭവപ്പെടുന്ന അതിവിചിത്രമായ സങ്കല്പങ്ങളുമാണ് കഥയെ നിർമ്മിക്കുന്നത്. ചിത്രകാരന്മാരുടെ സ്വപ്നതുല്യമായ നഗരം അയാൾക്ക് അത്ഭുതം മാത്രമല്ല വിചിത്രമായ ഭാവനകളുമാണ് സമ്മാനിച്ചത്. അതീത യാഥാർത്ഥ്യങ്ങളെ ഓമനിക്കുന്ന ചിത്രകാരൻമാരുടെ മനസ്സ് അമർത്യനും ഉണ്ടായിരുന്നു. അതുകൊണ്ടാണ് ഒരിക്കലും കണ്ടിട്ടില്ലാത്ത പാരീസ് അയാൾക്ക് ഒരു പരിചയക്കുറവും സമ്മാനിക്കാത്തത്. കൂടാതെ ആശയ വിനിമയത്തിന് ഫ്രഞ്ചും വശമില്ലായിരുന്നു. അയാൾക്കൊപ്പം സഞ്ചരിക്കുന്ന ഇസാബെല്ലിന് ഇംഗ്ലീഷും അറിയില്ലായിരുന്നു എന്നിട്ടും അവർ ആശയങ്ങൾ വിനിമയം ചെയ്തു. അവരുടെ ആദ്യത്തെ യാത്ര എയിഡ്സ് ബാധിച്ച് മരിച്ച യുവ പെയിന്റർ ഹ്യൂഗിന്റെ ശവകുടീരം കാണുവാനായിരുന്നു. അമർത്യന്റെ ചിത്രങ്ങളും ഹ്യൂഗിന്റെ ചിത്രങ്ങളും തമ്മിൽ ഓർഗാനിക് ആയ ബന്ധങ്ങളുണ്ടെന്നും ഇസാബെൽ പറയുന്നുണ്ട്. ഹ്യൂഗിന് സെമിത്തേരിയിൽ സ്ഥലം ലഭിച്ചില്ല. രോഗം അയാൾക്കുള്ള സ്ഥലത്തെ നിഷേധിച്ചു. നഗരത്തിന് പുറത്ത്, കുടിയേറ്റക്കാരും ദരിദ്രരും താമസിക്കുന്ന ഒരിടത്താണ് അയാളെ അടക്കം ചെയ്തത്. ചിത്രകാരൻമാരുടെ കെട്ടുപൊട്ടിയ ജീവിതത്തിന്റെ പ്രതീകമായിരുന്നു ഹ്യൂഗ്. എല്ലാവർക്കും പരിചയമുള്ള, മിനുസപ്പെടുത്തിയ ജീവിതം പലപ്പോഴും ചിത്രകാരന്മാർ സ്വീകരിക്കാറില്ല. ചിത്രങ്ങൾക്കുള്ളിൽ മാഞ്ഞും തെളിഞ്ഞും നില്ക്കുന്ന അവ്യക്തത അവരുടെ ജീവിതത്തിലും ഉണ്ടായിരുന്നു. സ്വവർഗ്ഗാനുരാഗത്തിൽപ്പെട്ടും എയിഡ്സ് പിടിച്ചും അവർ ജീവിതത്തിൽ കറങ്ങിനിന്നു. റോക് ഹഡ്സനും റുഡോൾഫ് നൂറിയേവും

മിഷേൽ ഫൂക്കോസും എയിഡ്സ് വന്ന് മരിച്ചവരാണ്. തെളിഞ്ഞ രേഖകളിലല്ല അവർ ജീവിതത്തെ കണ്ടുമുട്ടിയത്. ഇരുളോടിയ ചാരനിറമുള്ള ജീവിതത്തെ അവർ സ്വീകരിക്കുകയായിരുന്നു. പാരീസിലൂടെയുള്ള അമർത്യന്റെ തനിച്ചുള്ള യാത്രകളിലാണ് അതിവിചിത്ര രീതികൾ വന്നുചേരുന്നത്. ഇവിടെ യാഥാർത്ഥ്യത്തിന്റെ എല്ലാ അതിരുകളും മാഞ്ഞുതുടങ്ങുന്നു. യുക്തിയുടെ കണക്കുകൾ തെറ്റുകയും അയുക്തിയുടെ കല്പനകൾ ശരിയാകുകയും ചെയ്യുന്നു. സൂക്ഷ്മ യാഥാർത്ഥ്യങ്ങളെ ഭാവനയ്ക്ക് ഉപേക്ഷിക്കേണ്ടിവരുന്നു. പ്രാദേശിക പരിസരങ്ങളിൽനിന്നും കഥ നാടുവിട്ടു പോകുകയാണ്. പാരീസ് അങ്ങനെ ഭാവനയുടെ ഭൂപടമായി പരിണമിക്കുന്നു. പാരീസിലെത്തുമ്പോൾ സെസാനെ കാണാതിരിക്കാൻ കഴിയുമോ എന്ന ചോദ്യം പ്രസക്തമായി വരുന്നു. കാരണം സ്വന്തം ഭൂമി വിട്ടു പറക്കുമ്പോൾ ഭാവനയും സ്വതന്ത്രമാകുകയാണ്. ഒരു തീവണ്ടിയാത്രയ്ക്കിടയിലാണ് അമർത്യൻ സെസാനെ കാണുന്നത്. അരികിലിരുന്ന അപരിചിതനുമായി അമർത്യൻ പരിചയപ്പെടുകയാണ്. അപ്പോഴാണ് അയാൾ സെസാനാണെന്ന് സ്വയം പരിചയപ്പെടുത്തിയത്. അമർത്യൻ സെസാന്റെ നാടും വീടും കാണുവാനുള്ള യാത്രയിലായിരുന്നു. അത് അയാളുടെ ജീവിതത്തിലെ ഏറ്റവും വലിയ ആഗ്രഹമായിരുന്നു. സെസാന്റ ശീട്ടുകളിക്കാർ, നീരാടുന്ന സ്ത്രീകൾ എന്നീ ചിത്രങ്ങൾ അമർത്യന് വലിയ ഇഷ്ടമായിരുന്നു. പല ചിത്രകാരൻമാരും സെസാനെ ചിത്രകലയുടെ പിതാവായി വാഴ്ത്തുന്നുണ്ട്. 1906 ൽ മരണമടഞ്ഞ സെസാൻ ഇംപ്രഷനിസ്റ്റ് രീതിയും ക്യൂബിസവും ചിത്രകലയിൽ പകർത്തിയെടുത്തയാളാണ്.

ബൽസാക്കിന്റെ ജന്മദിനാഘോഷത്തിൽ പങ്കെടുത്ത് വരുന്ന വഴിയായിരുന്നു സെസാൻ. ആഘോഷത്തിൽ ചിത്രകാരൻ എദ്ഗാർ ദെഗാ, മർസേൽ പ്രൂസ്ത്, വിക് തോർ യുഗോ എന്നിവരുമുണ്ടായിരുന്നു. സെസാന്റെ സംസാരം അമർത്യനെ അമ്പരിപ്പിക്കുകയോ അത്ഭുതപ്പെടുത്തുകയോ ചെയ്തില്ല. ഭൂമി ജീവിച്ചിരിക്കുന്നവരുടേത് മാത്രമല്ലെന്നും മരിച്ചവരുടേത് കൂടിയാണെന്നും ഈ ചിത്രകാരൻ കരുതുന്നു. ജീവിക്കുന്നവർക്ക് മാത്രമല്ല മരിച്ചവർക്കും സ്വപ്നങ്ങളും ആഗ്രഹങ്ങളും തിരക്കുകളും ഉണ്ടാകും. അവർ അത് പരസ്പരം പങ്കുവയ്ക്കുന്നുണ്ടാകും. ബൽസാക്കിന്റെ ജന്മദിനാഘോഷത്തിന് ഇംപ്രഷനിസ്റ്റ് ചിത്രകാരൻ എദ്വാർ മനേയും ക്ഷണിച്ചിരുന്നെങ്കിലും സമയക്കുറവ് കാരണം അയാൾക്ക് വരാൻ കഴിഞ്ഞില്ല. മരിച്ചിട്ടും അവന് വലിയ തിരക്കാണെന്നാണ് സെസാൻ പറയുന്നത്.

സെസാനുമായുള്ള കൂടിക്കാഴ്ചയുടെ തുടക്കത്തിൽ നിങ്ങൾ ഇന്ത്യക്കാരനാണോ? എന്ന ചോദ്യം അമർത്യൻ നേരിടുന്നുണ്ട്. എളുപ്പത്തിൽ ഉത്തരം ലഭിക്കാവുന്ന ഒരു സാധാരണ ചോദ്യത്തിന് അമർത്യന്റെ ഉത്തരം അഭിമാനത്തോടെയായിരുന്നില്ല. സമീപകാലത്തുണ്ടായ ചില സംഭവങ്ങൾ അയാളുടെ അഭിമാനത്തിന് മുറിവേല്പിച്ചിരുന്നു. എം എഫ്

ഹുസൈൻ നേരിട്ട ഭീഷണിയും ഒറ്റപ്പെടും ഒരു ചിത്രകാരൻ എന്ന നിലയിൽ അയാളുടെ ഉള്ളിലുണ്ടായിരിക്കാം. ചരിത്രത്തെയും ചലച്ചിത്രത്തെയും സാഹിത്യത്തെയും ചിത്രകലയെയും മതനിയമങ്ങൾക്കനുസരിച്ച് വ്യാഖ്യാനിക്കുന്ന രീതിയോട് അമർത്യന് യോജിപ്പില്ലായിരുന്നു. സ്വതന്ത്രമായ ജീവിതവും രചനയുമാണ് അയാൾ ഇഷ്ടപ്പെടുന്നത്. അതിന് വിഘാതമായി നില്ക്കുന്നതിനോടെല്ലാം അയാൾക്ക് എതിർപ്പായിരുന്നു. രാജ്യത്തോടുള്ള വ്യാജമായ സ്നേഹം പലർക്കും ഒരാഭരണമാണ്. അവർ പ്രതിയോഗികളെ കുടുക്കാനായി രാജ്യസ്നേഹത്തെ കൃത്യമായി ഉപയോഗിക്കും. 124 A ശത്രുവിനെ അപായപ്പെടുത്താനുള്ള ഒരു സിഗ്നലായി മാറി. അമർത്യന്റെ ഉത്തരത്തിൽ അത് മറഞ്ഞിരിപ്പുണ്ട്.

ചിത്രകാരൻമാരുടെയും എഴുത്തുകാരുടെയും ജീവിതവും സവിശേഷതയും ഈ കഥയിൽ തെളിഞ്ഞുവരുന്നുണ്ട്. ബൽസാക്ക്, എദ്ഗാർ ദെഗാ, മാർസേൽ പ്രൂസ്ത്, വിക്തർ യൂഗോ, വോൽത്തേർ, റുസോ, അലക്സാന്തർ ദ്യൂമ, എമിലി സോള, മോപ്പസാങ്, ബോദ്‌ലയർ, ഏദ്വാർ മനേ, വാൻഗോഗ് ഇങ്ങനെ അനവധി കലാകാരൻമാർ ഈ കഥയിൽ വരുന്നു. എഴുത്ത് ബാധിച്ച് മരിച്ച ലോകത്തിലെ ഏക എഴുത്തുകാരനാണ് ബൽസാക്കെന്ന് മുകുന്ദൻ എഴുതുന്നു. ദരിദ്രനും ഏകാകിയുമായിരുന്നു ബൽസാക്ക്. കടക്കാരെ ഭയന്നു കഴിയുന്ന വേളയിലാണ് അദ്ദേഹം പ്രശസ്തമായ പല കൃതികളും എഴുതിയത്. നിരന്തരവും അതിതീവ്രവുമായ എഴുത്തിന്റെ ഫലമായിട്ടാണ് ബൽസാക്ക് മരിച്ചത്. എഴുത്ത് ബൽസാക്കിനെ ഊറ്റിക്കുടിച്ചു എന്നു സാരം. നർത്തകികളെ വരയ്ക്കുന്ന, ചലിക്കുന്ന വസ്തുക്കളെ മാത്രം ക്യാൻവാസിൽ പകർത്തുന്ന ചിത്രകാരനായിരുന്നു എദ്ഗാർ ദെഗാ. എഴുത്തുകാരുടെ കാരണവരായിരുന്നു വിക്തർ യൂഗോ. അലക്സാന്തർ ദ്യൂമ കഴിഞ്ഞ രണ്ട് നൂറ്റാണ്ടുകളിൽ ഏറ്റവും കൂടുതൽ പേർ വായിച്ച എഴുത്തുകാരനാണ്. അദ്ദേഹത്തിന്റെ *മോണ്ടി ക്രിസ്റ്റോ പ്രഭുവും നോത്ര് ദാമിലെ കൂനനും* വായിക്കാത്തവർ ആരുമില്ലായിരുന്നു. എഴുത്തുകാരെ പരിചയപ്പെടുത്തുക മാത്രമല്ല, എഴുത്തുകാരും കലാകാരൻമാരും തമ്മിലുള്ള സുഹൃദ് ബന്ധം കൂടിയാണ് ഇവിടെ കോറിയിടുന്നത്. ഒന്നിച്ചിരിക്കുകയും ഉള്ളുതുറന്ന് സംസാരിക്കുകയും ചെയ്തിരുന്ന ഒരു കാലത്തെയും ഈ കഥ ഓർമ്മിപ്പിക്കുന്നു. പരസ്പരം അകന്നു കഴിയാൻ ഇഷ്ടപ്പെടുന്ന പുതിയ കാലത്തിലേക്കുള്ള ഒരോർമ്മ എന്ന നിലയിലും 'സെസാൻ' ശ്രദ്ധേയമാണ്.

കുഷ്ഠം, ക്ഷയം, സിഫിലിസ്, ക്യാൻസർ, എയ്ഡ്സ് എന്നീ രോഗങ്ങൾ ചില സാഹിത്യ പ്രസ്ഥാനങ്ങൾക്ക് അനുകൂല മനോഭാവത്തിന്റെ സാംസ്കാരിക സന്നാഹമായിത്തീർന്നിട്ടുണ്ടെന്ന് കെ പി അപ്പൻ നിരീക്ഷിക്കുന്നുണ്ട്.[4] ക്ലാസിസിസത്തിൽ കുഷ്ഠരോഗവും ക്ഷയരോഗവും പ്രധാന പ്രമേയമായിരുന്നു. റിയലിസം സിഫിലിസ് രോഗത്തെക്കുറിച്ചാണ് പറഞ്ഞത്. ആധുനികത ക്യാൻസറിനെക്കുറിച്ചാണ് എഴുതിയത്. എയ്ഡ്സ് ഉത്തരാധുനിക കാലഘട്ടത്തിന്റെ രോഗമാണ്. ഒരോ

കാലത്തിന്റെയും സവിശേഷ സാഹചര്യത്തിൽ രോഗങ്ങൾ മാറി മാറി വരുകയാണ്. എം മുകുന്ദൻ 'സെസാൻ' എഴുതുമ്പോൾ മുകളിൽപ്പറഞ്ഞ രോഗങ്ങൾക്കെല്ലാം പ്രതിവിധി ലഭ്യമായിത്തുടങ്ങിയിരുന്നു. എന്നാൽ എല്ലാ പ്രതിരോധങ്ങളെയും തോല്പിച്ചുകൊണ്ട് ഒരു പുതിയ വൈറസ് നമ്മെ കീഴടക്കിക്കളഞ്ഞു. ആ വൈറസ് ഈ കഥയുടെ അവസാനം തെളിഞ്ഞു വരുന്നുണ്ട്. എയ്ഡ്സ് ബാധിച്ചു മരിച്ച ഹ്യൂഗിന്റെ ശവകുടീരത്തിനരികിൽ അമർത്യൻ എത്തുമ്പോൾ അയാളുടെ ശരീരത്തെ പുതിയ വൈറസ് കീഴടക്കിയിരുന്നു. അങ്ങനെ മുകുന്ദന്റെ കഥ അപ്പന്റെ നിരീക്ഷണങ്ങൾക്ക് തുടർച്ച നല്കുന്നു. 'എച്ച് ഐ വി വൈറസിന്റെ ചിറകുകളിൽ കയറി നീ ഈ ലോകത്തിൽനിന്ന് പോയി. മറ്റൊരു പുതിയ വൈറസിന്റെ ചിറകുകളിൽ പറന്ന് ഞാൻ നിന്റെ അരികിൽ വരും. നമുക്ക് ഒന്നിച്ചിരുന്ന് നമ്മുടെ പൂക്കാത്ത സ്വപ്നങ്ങൾ വീണ്ടും കാണാം.' 'സെസാൻ' പുതിയ രോഗത്തെക്കുറിച്ചുള്ള കഥയായും രൂപാന്തരപ്പെടുകയാണ്. എല്ലാ കാലത്തും ലോകത്തെ ഗ്രസിക്കാൻ, വിനാശകരമാക്കാൻ രോഗാണുക്കൾ ഉണ്ടാകാറുണ്ട്. അതിന്റെ ചിറകിലേറി നിഴലായിത്തീരുക എന്നത് മനുഷ്യന്റെ വിധിയാണ്. കോവിഡ് 19 പുതിയ കാലത്തിന്റെ മൃതിയും വേദനയുമായി മാറുന്നു. രോഗബാധിതൻ എപ്പോഴും ഭാവനയിൽ ജീവിക്കുന്നവനാണെന്ന നിരീക്ഷണവും കെ പി അപ്പൻ നടത്തുന്നുണ്ട്. 'രോഗം വ്യക്തിയെ ശാരീരികമായി പീഡിപ്പിക്കുന്നു. മാനസികമായി ഉലയ്ക്കുന്നു. എന്നാൽ ഇതോടൊപ്പം രോഗം ആത്മീയമായ വെളിപാടുകൾക്ക് കാരണമായിത്തീരുകയും ചെയ്യുന്നു. അത് രോഗിയിൽ സൗന്ദര്യത്തിന്റെ ആസക്തി സൃഷ്ടിക്കുന്നു. നൈരാശ്യത്തിൽനിന്ന് ഒരു സൗന്ദര്യദർശനംതന്നെ ജനിക്കുന്നു. ഭാവന രോഗിക്ക് ഒരു മുറിയാണ്. അതിൽ കഴിയാൻ അയാൾ ആഗ്രഹിക്കുകയും ചെയ്യുന്നു.'[5] അമർത്യന് രോഗം സമ്മാനിച്ചത് ഭാവനയാണ്. സെസാനുമായുള്ള കൂടിക്കാഴ്ചയ്ക്ക് വഴിയൊരുക്കിയത് അയാളിലേക്ക് പറന്നെത്തിയ വൈറസാണ്. അമർത്യന് രോഗം നല്കിയ വെളിപാടായി ഈ കഥയെ മനസ്സിലാക്കാം.

പാരീസിലെ തെരുവുകളും ആർട്ട് ഗ്യാലറികളും സെമിത്തേരികളും കഥയിൽ വരുന്നുണ്ട്. വായനക്കാരൻ നേരിൽ കാണുംവിധം അവയെ ചിത്രീകരിക്കാൻ മുകുന്ദന് കഴിയുന്നു. പാരീസിലെ ഓർസേ മ്യൂസിയത്തെ കാണിച്ച് തരുന്നുണ്ട്. 'ദെ ഗാ, റെനാർ, ഗോഗേൻ, വാൻഗോഗ്, മത്തിസ് എല്ലാവരും അവിടെയുണ്ട്. കാണുവാൻ കൊതിക്കുന്ന സെസാന്റെ ശീട്ടുകളിക്കാരും അവിടെത്തന്നെയാണുള്ളത്.' ചിത്രകലയെക്കുറിച്ചു മാത്രമല്ല ഇതരമേഖലകളിലേക്കും കഥയുടെ വാതിൽ തുറക്കുന്നു. മഞ്ഞുവീണ തെരുവും കുഞ്ഞുടുപ്പിട്ട പെൺകിടാവുകൾ ചൂണ്ടയിട്ട് പിടിക്കുന്ന ബർബേസിൽ നഗരവും പാരീസിലെ പാർപ്പിടവും ഗംഭീരമായി അവതരിപ്പിക്കുന്നുണ്ട്. ഒറിജിനൽ പെയിന്റിങ്ങുകളും ശില്പങ്ങളും ബൈൻഡ് ചെയ്ത എണ്ണമറ്റ പുസ്തകങ്ങളും പിയാനോവും പരവതാനികളും ശില്പങ്ങളും ഗോത്തിക് ഫർണിച്ചറുകളും ശരറാന്തലുകളും

അവിടുത്തെ പാർപ്പിടങ്ങളിൽ കാണാമായിരുന്നു. എഴുത്തുകാർ വിശ്രമിക്കുന്ന പാരീസിലെ സെമിത്തേരികളെക്കുറിച്ചും ഭംഗിയായി മുകുന്ദൻ എഴുതുന്നു. മോം മാർത്ര്, പേർ ലഷേസ്, പാന്തിയോൻ, മോംപർനാസ്, ദ് പാസി, സേൻ പിയർ എന്നിവിടങ്ങളിലെ സെമിത്തേരികളിൽ വിശ്രമിക്കുന്ന കലാകാരൻമാരെക്കുറിച്ചുള്ള വിവരണവും കഥയിലുണ്ട്. ചെസ്നട്ട് മരങ്ങൾക്കിടയിലെ ഇഷ്ടിക പാകിയ നടപ്പാതയിൽ ഓർക്കിഡ് പൂക്കൾക്കിടയിലെ സെമിത്തേരികൾ കലാകാരൻമാരുടെ ഔന്നത്യം വിളിച്ചോതി. ബൽസാക്കിന്റെ കല്ലറയെ അവതരിപ്പിക്കുന്ന ഭാഗം ശ്രദ്ധിക്കുക:

'ചെസ്നട്ട് മരങ്ങളുടെ ഇല കൊഴിഞ്ഞ കമ്പുകൾക്കിടയിലൂടെ ദൂരെനിന്നുതന്നെ അമർത്യൻ ബൽസാക്കിന്റെ കല്ലറ കണ്ടു. കറുത്ത അഴികൾ കൊണ്ടുള്ള ചതുരത്തിൽ, ഒരു സ്തൂപത്തിനുമേൽ ബൽസാക്കിന്റെ പ്രതിമയുണ്ടായിരുന്നു. അവിടെ മങ്ങിയ വെളിച്ചത്തിൽ കൊഴിഞ്ഞ ഇലകളും മഞ്ഞും ചിതറിക്കിടന്നിരുന്നു. സ്തൂപത്തിന് മുകളിലുള്ള ബൽസാക്കിന്റെ മുഖം മാത്രമുള്ള പ്രതിമയുടെ ചുവട്ടിൽ പല നിറങ്ങളിലുള്ള പൂക്കൾ കിടപ്പുണ്ടായിരുന്നു.' കലാകാരൻമാരോടുള്ള ആദരവിന്റെ മാതൃകയാണിത്. ഒരുപക്ഷേ, ഇതെഴുതുമ്പോൾ തന്റെ പ്രിയപ്പെട്ട കൂട്ടുകാരൻ പുനത്തിൽ കുഞ്ഞബ്ദുള്ളയെ മുകുന്ദൻ ഓർമ്മിച്ചിരിക്കാം. ഭാവനയെ ഭ്രമ കല്പനയോളം സ്വതന്ത്രമാക്കിയ പുനത്തിലിന്റെ ശവകുടീരത്തിന്റെ അനാഥത്വം ഏറെ ചർച്ച ചെയ്യപ്പെട്ടതാണ്. ഈ അവഗണന മുകുന്ദൻ തന്റെ ഫേസ്ബുക്കിൽ പങ്കുവച്ചിരുന്നു. കാടുംപടലും പിടിച്ചു കണ്ണിൽനിന്നോ, ഓർമ്മയിൽനിന്നോ മാഞ്ഞു പോയ ഒരു സ്മാരകശിലയുടെ ചിത്രമാണ് മുകുന്ദൻ പങ്കുവച്ചത്. *മരുന്നും സ്മാരകശില*യും പിന്നെ ഒട്ടനേകം കഥകളുമെഴുതി മലയാളിയുടെ ഭാവനാ വിലാസങ്ങളെ അക്ഷരങ്ങൾ കൊണ്ടു ചികിത്സിച്ചിരുന്ന ഡോ. പുനത്തിൽ കുഞ്ഞബ്ദുള്ളയുടെ കബറിടമായിരുന്നു അവഗണനയുടെ കാടുംപടലും പിടിച്ചു കിടന്നിരുന്നത്.[6] നമ്മുടെ പല എഴുത്തുകാരുടെയും കല്ലറകൾ അവഗണനയേറ്റ് കിടക്കുമ്പോൾ മറ്റ് ദേശങ്ങളിൽ അവ പൂക്കൾക്കിടയിൽ സൗന്ദര്യപ്രഭയോടെ തലയുയർത്തിനില്ക്കുന്നു. മരണത്തിനുശേഷവും കലാകാരൻമാർ ജീവിക്കുകയാണ്. എഴുത്തും വായനയും ഇഷ്ടപ്പെടുന്നവർ ശവകുടീരത്തിനു മേൽ പൂക്കൾ വിതറി ഓർമ്മ പുതുക്കുന്നു. മരണം ഓർമ്മയെ നശിപ്പിക്കുന്നില്ല; പകരം ജ്വലിപ്പിക്കുകയാണ്. മലയാളിയുടെ മനോഭാവത്തിനെതിരെയുള്ള കടുത്ത വിമർശനം ഇവിടെയുണ്ട്.

'സെസാൻ' ബഹുപാഠങ്ങൾ നിർമ്മിക്കുന്ന രചനയാണ്. അന്തർവൈജ്ഞാനികതയുടെ പ്രശ്ന പരിസരത്തിൽ കഥയ്ക്ക് പുതിയ അർത്ഥങ്ങൾ ലഭിക്കുന്നുണ്ട്. ഇന്ത്യയുടെ സമകാല അവസ്ഥയും കലാകാരൻമാരോടുള്ള അവഗണനയും ഇവിടെ സൂചിതമാകുന്നു. വിവിധ രോഗങ്ങളെക്കുറിച്ചുള്ള തീക്ഷ്ണമായ ചിന്തകളും കഥയിൽ നിറഞ്ഞു കിടക്കുന്നു. ആഖ്യാനത്തിൽ സുതാര്യമായ ഭ്രമാത്മകത സൃഷ്ടിക്കു

കയും പാരീസിന്റെ ഭംഗിയും എഴുത്തുകാരോടുള്ള സൗഹൃദവും തെളിയിച്ചെടുക്കുകയും ചെയ്യുന്നു. ചിത്രകലയെക്കുറിച്ചുള്ള അറിവുകളുടെ വിതരണവും നടക്കുന്നു. സ്വവർഗ്ഗാനുരാഗത്തിന്റെ സുഗന്ധം പരക്കുന്ന പരിസരങ്ങളെ പരിചയപ്പെടുത്തുകയും ചെയ്യുന്നുണ്ട്. ഡോക്യുമെന്ററിയുടെ തലത്തിലേക്കും കഥ മാറുന്നുണ്ട്. സെസാൻ തന്റെ പാർപ്പിടവും പണിപ്പുരയും വിവരിക്കുന്ന ഭാഗം ഇതിനുദാഹരണമാണ്. ഇങ്ങനെ സർറിയലിസവും റിയലിസവും വേർതിരിക്കാനാകാതെ ഇടകലർന്ന് കിടക്കുന്ന 'സെസാൻ' ആഖ്യാനത്തിൽ ബഹുപാഠങ്ങൾ നിർമ്മിച്ചെടുക്കുന്ന രചനയാണ്.

കുറിപ്പുകൾ

1 Surrealism is destructive, but it destroys only what it considers to be shackles limiting our vision

2 പ്രസാധകൻ മാസിക, സെപ്തംബർ 2021, പുറം 23

3 *മാതൃഭൂമി* ഓണപ്പതിപ്പ് 2021

4 രോഗവും സാഹിത്യ ഭാവനയും, ഡി സി ബുക്സ്, കോട്ടയം ഒക്ടോബർ 2004, പുറം 9

5 *രോഗവും സാഹിത്യ ഭാവനയും,* ഡി സി ബുക്സ്, കോട്ടയം, ഒക്ടോബർ 2004, പുറം 7

6 Mathrubhumi. com, Oct 27, 2018

മാധ്യമസംസ്കാരം
അനന്തമായ വിചിത്ര വഴികൾ

ലോകത്തിന്റെ ഗതിവിഗതികളെ മാറ്റിമറിച്ച മൂന്ന് പ്രധാന ചരിത്ര സംഭവങ്ങളാണ് കാർഷികവിപ്ലവം, വ്യാവസായിക വിപ്ലവം, ഇലക്ട്രോണിക് വിപ്ലവം എന്നിവ. മനുഷ്യന്റെ എല്ലാ ചിന്താശേഷിയെയും അട്ടിമറിച്ചുകൊണ്ട് ഒരു കൊടുങ്കാറ്റുപോലെ കടന്നുവരുകയായിരുന്നു ഇലക്ട്രോണിക് വിപ്ലവം. ഇതിനെയാണ് അൽവിൻ ടോഫ്ളർ (Alwin Toffler) മൂന്നാംതരംഗം (The third waves) എന്ന് വിശേഷിപ്പിച്ചത്.[1] മൂന്നാം തരംഗത്തിന്റെ കടന്നാക്രമണത്തിന്റെ ഫലമായാണ് ആഗോളഗ്രാമം (Global Village) എന്ന സങ്കല്പം ഉടലെടുത്തത്. കമ്യൂണിക്കേഷൻ നെറ്റ്വർക്കിനാൽ പരസ്പരം കോർക്കപ്പെട്ട ലോകജനതയുടെ ആഗോളഗ്രാമമാണ് മാധ്യമങ്ങൾ സൃഷ്ടിക്കുന്നത്. ഒരു രാജ്യത്തിന്റെ നാലാം സ്ഥാപനമെന്നും (Fourth estate) ജനാധിപത്യത്തിന്റെ കാവൽ മാലാഖയെന്നും മാധ്യമങ്ങളെ വിശേഷിപ്പിക്കാറുണ്ട്. പതിനെട്ടാം നൂറ്റാണ്ടിൽ ഇംഗ്ലണ്ടിലെ പ്രസിദ്ധ രാജ്യതന്ത്രജ്ഞനായിരുന്ന എഡ്മണ്ട് ബർക്കാണ് ഒരു പ്രസംഗമദ്ധ്യേ, ഗ്യാലറിയിലുണ്ടായിരുന്ന ജേർണലിസ്റ്റുകളെ ഫോർത്ത് എസ്റ്റേറ്റ് എന്നു വിശേഷിപ്പിച്ചത്. "നമുക്ക് പത്രമാധ്യമങ്ങളില്ലാത്ത ഒരു ഗവൺമെന്റ് വേണോ ഗവൺമെന്റില്ലാത്ത പത്രങ്ങൾ വേണോ എന്ന് തീരുമാനിക്കാൻ എനിക്ക് വിട്ടുതരികയാണെങ്കിൽ ഞാൻ ഒരു നിമിഷം പോലും അമാന്തിക്കില്ല രണ്ടാമത്തേത് തെരഞ്ഞെടുക്കാൻ" എന്നാണ് തോമസ് ജഫേഴ്സൺ രേഖപ്പെടുത്തിയിരിക്കുന്നത്. അദ്ദേഹത്തിന്റെ ഈ വാക്കുകൾ മാധ്യമലോകത്തിന്റെ യഥാർത്ഥ ശക്തിയുടെയും ജാഗ്രതയുടെയും തെളിവുകളാണ്. 1959 സെപ്തംബർ 15-ാം തീയതി ദൂരദർശൻ ഉദ്ഘാടനം ചെയ്തുകൊണ്ട് രാഷ്ട്രപതി ഡോ. എസ് രാധാകൃഷ്ണൻ പറഞ്ഞതും ശ്രദ്ധേയമാണ്.

"ദൂരദർശൻ നമ്മുടെ ജനങ്ങളിൽ വളരെ ആവശ്യമായ ശാസ്ത്ര ബോധവും വിശാലമായ ജീവിതവീക്ഷണവും വളർത്തിയെടുക്കാനാണ് ലക്ഷ്യം വയ്ക്കേണ്ടത്."

മാധ്യമങ്ങൾ നമുക്ക് നല്കുന്ന വിവരങ്ങളിൽ ശാസ്ത്രീയബോധവും സമഗ്രമായ ജീവിതവീക്ഷണവും പ്രകടമാണോ എന്ന് അന്വേഷിക്കേണ്ടതുണ്ട്. ജനങ്ങളുടെ അന്ധവിശ്വാസത്തെ ദൃഢീകരിച്ചും വിപുലീകരിച്ചും ഉല്പന്നങ്ങൾ വിറ്റഴിക്കാനുള്ള ഒരിടമായിട്ടാണ് മാധ്യമങ്ങളെ മുതലാളിത്തം ഉപയോഗിക്കുന്നതെന്ന് തിയോദർ അഡോണ (Theodor Adorno) *The Culture Industry* എന്ന കൃതിയിൽ ചൂണ്ടിക്കാണിച്ചിട്ടുണ്ട്. ഡോ. എസ് രാധാകൃഷ്ണനിൽനിന്നും തിയോദർ അഡോണയിലേക്ക് എത്തുമ്പോൾ മാധ്യമലോകത്തെ മുഖച്ഛായ പൂർണ്ണമായും മാറിത്തുടങ്ങിയതായി ബോദ്ധ്യപ്പെടും.

North, East, West, South എന്നീ വാക്കുകളുടെ ആദ്യാക്ഷരങ്ങൾ ചേർത്താണ് News എന്ന പദം രൂപപ്പെടുത്തിയത്. ലോകത്തിന്റെ നാനാവശങ്ങളിൽനിന്നും സംഭവങ്ങളും വിവരങ്ങളും ശേഖരിച്ച് അവ ജനങ്ങൾക്ക് ലഭ്യമാകുന്ന പ്രക്രിയയാണ് ന്യൂസ്. വാർത്തകൾ അനുവാചകരുടെ ആറ് പ്രശ്നങ്ങൾക്ക് പരിഹാരം കണ്ടെത്തണമെന്ന് പറയാറുണ്ട്. എന്ത്, എവിടെ, എപ്പോൾ, എന്തുകൊണ്ട്, ആര്, എങ്ങനെ എന്നീ ചോദ്യങ്ങൾക്ക് ഉത്തരം നല്കണം.[2] ഇത്തരം ചോദ്യങ്ങൾക്ക് മറുപടി ലഭിക്കുമ്പോഴാണ് വാർത്താമൂല്യം (News Value) ഉണ്ടാകുന്നത്. പക്ഷേ, ഇപ്പോൾ വാർത്തകൾക്ക് മൂല്യം നഷ്ടമായിരിക്കുന്നു. മൂല്യരഹിതമായ ഒരു സമൂഹത്തിന്റെ പരിച്ഛേദം പോലെ വാർത്തകളും ജനങ്ങളുടെ മുന്നിലെത്തുകയാണ്. ജനങ്ങൾ ഇഷ്ടപ്പെടുന്ന വാർത്ത (News that people want) എന്നതിനെക്കാൾ ജനങ്ങൾ അറിഞ്ഞിരിക്കേണ്ട വാർത്ത (News that people have) എന്നതിനാണ് പ്രാധാന്യം കൊടുക്കേണ്ടത്. പക്ഷേ, സംഭവിക്കുന്നത് മറിച്ചാണ്. മാധ്യമങ്ങൾ ജനങ്ങൾക്ക് ഇഷ്ടപ്പെടുന്ന വാർത്ത നല്കി യഥാർത്ഥ വാർത്തയിൽനിന്നും അവരെ അകറ്റിനിർത്തുന്നു. ഈ പ്രവണതയെ എഴുത്തുകാർ വിമർശനാത്മകമായി പരിശോധിക്കുന്നുണ്ട്.

ഓരോ കാലത്തിലും സമൂഹത്തിൽ സ്വാധീനം ചെലുത്തുന്ന ചിന്തകളും ഉപാധികളും സാഹിത്യത്തിലും വിഷയങ്ങളാണ്. സാഹിത്യത്തിന്റെ ആശയലോകം തന്നെ സമൂഹത്തിലെ സ്വാധീനശക്തികളാണ്. സമൂഹത്തിന്റെ പൊതുസ്വഭാവം തിരിച്ചറിയാൻ വായനക്കാരൻ കണ്ടെത്തുന്ന മാർഗ്ഗങ്ങളിലൊന്ന് സാഹിത്യരചനകളാണ്. സമൂഹത്തിന്റെ കണ്ണാടിയാണ് സാഹിത്യമെന്ന പരികല്പന പ്രസക്തമാകുന്നത് ഇവിടെയാണ്. ഈ അർത്ഥത്തിൽ, പുതിയ കാലത്തെ തീവ്രമായി സ്വാധീനിക്കുന്ന മാധ്യമങ്ങൾ സാഹിത്യത്തിലെ പ്രധാന വിഷയമായി മാറുന്നു. ലോകസാഹിത്യത്തിലെന്നപോലെ മലയാളസാഹിത്യത്തിലും ഇത് ദൃശ്യമാണ്.

മലയാളകഥയിൽ വ്യത്യസ്തവും തീവ്രവുമായ പ്രമേയങ്ങൾ ആവി

ഷ്കരിച്ച എഴുത്തുകാരനാണ് എം മുകുന്ദൻ. അസ്തിത്വവ്യഥയുടെ കലഹവും വിശ്വാസവും രേഖപ്പെടുത്തുമ്പോഴും പ്രതിബദ്ധതയുടെ ഉറച്ചസ്വരം മുകുന്ദൻ കഥകളിലേക്ക് കൊണ്ടുവന്നു. ഓരോ കാലത്തിന്റെയും സവിശേഷതകൾ കഥകളിൽ സൂക്ഷിച്ചുവയ്ക്കുന്ന കഥാകാരനായി മുകുന്ദനെ വിശേഷിപ്പിക്കാം. അസ്തിത്വദുഃഖങ്ങളും രാഷ്ട്രീയ-ഭരണകൂട ഭീകരതകളും തൊഴിൽരഹിതപ്രശ്നങ്ങളും സാമ്രാജ്യത്വ അധിനിവേശങ്ങളും മുതലാളിത്ത ചൂഷണവ്യവസ്ഥകളും മാധ്യമ മേല്ക്കോയ്മകളും മുകുന്ദൻ കഥകളിലേക്ക് പകർത്തി. ഓരോ കാലത്തിന്റെയും സവിശേഷ രേഖകളായി ഇവയെ മുകുന്ദൻ കഥയിൽ സൂക്ഷിക്കുന്നു. പുതിയകാലം അഭിമുഖീകരിക്കുന്ന പ്രധാന പ്രശ്നം മാധ്യമഭീകരതയാണെന്ന് നോം ചോംസ്കിയെപ്പോലുള്ളവർ അഭിപ്രായപ്പെടുന്നുണ്ട്. സാങ്കേതികവിദ്യയുടെ പ്രവേശവും പ്രയോഗവും നമ്മുടെ സമൂഹത്തിലും ജീവിതത്തിലും നിരന്തരമായ മാറ്റങ്ങൾ സൃഷ്ടിക്കുകയാണ്. ഈ മാറ്റങ്ങൾ വ്യക്തമായും അടയാളപ്പെടുത്തിയ രചനകളാണ് എം മുകുന്ദന്റെ 'കാഴ്ചക്കാരൻ,' 'ഫോട്ടോ,' 'ആർട്ട് അറ്റാക്ക്,' 'ഒരു ദളിത് യുവതിയുടെ കദനകഥ,' 'ജാനകിയും ചെക്കോവും' എന്നിവ.

മാധ്യമങ്ങൾ നല്കുന്ന വാർത്തകളെയും കാഴ്ചകളെയും ദൃശ്യ അദൃശ്യവിഭജനങ്ങളിൽ ഉൾപ്പെടുത്തി വിശകലനം ചെയ്യാൻ കഴിയും. യഥാർത്ഥ വാർത്തയെയും അതിന്റെ കാഴ്ചകളെയും തമസ്കരിക്കുക മാധ്യമങ്ങളുടെ ഒരു തന്ത്രമാണ്. വാർത്തയുടെ നേരെന്താണ്, യഥാർത്ഥ ചിത്രമെന്താണ് എന്ന് അന്വേഷിക്കേണ്ട ഒരവസ്ഥയിലേക്ക് സമൂഹം എത്തിയിരിക്കുന്നു. മാധ്യമങ്ങൾ സ്വന്തം ഇച്ഛകൾക്കനുസരിച്ച് വാർത്തകളെ ദൃശ്യമാക്കുകയും അദൃശ്യമാക്കുകയും ചെയ്യുകയാണ്. ഗുജറാത്ത് കലാപസമയത്ത് മലയാളത്തിലെ മുഖ്യധാരാ മാധ്യമങ്ങളിലെ പ്രധാന വാർത്തയും ചിത്രവും കേരളത്തിലെ സൂപ്പർതാരങ്ങളുടെ ആലിംഗനമായിരുന്നു. ഗുജറാത്ത് കത്തിയെരിയുമ്പോൾ നാം കാണുന്നത് സൂപ്പർ താരങ്ങളെയായിരുന്നു. ഇവിടെ യഥാർത്ഥ കാഴ്ചകളിൽനിന്നും മാധ്യമങ്ങൾ നമ്മെ മാറ്റിനിർത്തുന്നു. മാധ്യമങ്ങളുടെ ദൃശ്യവിന്യാസങ്ങൾക്കപ്പുറം അദൃശ്യമായ ചിഹ്നങ്ങൾ ഒളിച്ചിരിപ്പുണ്ട്. ഈ അദൃശ്യതയിലാണ് വാർത്തകളുടെയും കാഴ്ചകളുടെയും യഥാർത്ഥലോകം. ഇത്തരത്തിൽ ഒരു അദൃശ്യത സൃഷ്ടിക്കുന്നതിന്റെ പിന്നിൽ ചില താല്പര്യങ്ങളുണ്ട്. മുതലാളിത്തം, സാമ്രാജ്യത്വം, ആഗോളീകരണം, പരസ്യവിപണി എന്നിങ്ങനെ വിവിധ ഇടങ്ങൾ ദൃശ്യങ്ങളെ അദൃശ്യതയിലേക്ക് മാറ്റുന്നതിന്റെ പിന്നിലുണ്ട്. അൽ-ജസീറ ചാനൽ കാഴ്ചകൾക്കപ്പുറത്തുള്ള കാഴ്ചകളെ ദൃശ്യമാക്കാം എന്നുപറഞ്ഞുകൊണ്ടാണ് ലോകത്തെ സമീപിച്ചത്. ഇറാഖിലും അഫ്ഗാനിലും അമേരിക്ക നടത്തിയ അധിനിവേശങ്ങൾക്ക് മാധ്യമങ്ങൾ നല്കിയ വ്യാഖ്യാനങ്ങൾക്കും ചിത്രങ്ങൾക്കുമപ്പുറമാണ് യഥാർത്ഥ വാർത്തയും കാഴ്ചയുമെന്നാണ് അൽ-ജസീറ പ്രസ്താവിച്ചത്. മലയാളത്തിലെ ഒരു ചാനലിന്റെ തലവാചകംതന്നെ അറിഞ്ഞതി

ലുമപ്പുറം എന്നാണ്.[3] പക്ഷേ, മുഖ്യാധാരാ മാധ്യമങ്ങൾ പലതും കാണാതെ പോവുകയാണ്. മാധ്യമപ്രവർത്തകർ മറന്നുപോകുന്ന കാര്യങ്ങൾ ശ്രദ്ധയിൽ കൊണ്ടുവരാൻ 'കാഴ്ചക്കാരൻ' എന്ന കഥയിൽ മുകുന്ദൻ ശ്രദ്ധിക്കുന്നതായി കാണാം. ഈ കഥയിൽ പാലസ്തീനിലെ ഒരു പ്രകടനം കടന്നുപോകുന്നത് അവതരിപ്പിക്കുന്നുണ്ട്.

'പുരുഷന്മാർ ഭീഷണിപ്പെടുത്തും വിധം മുദ്രാവാക്യം മുഴക്കുകയും സ്ത്രീകൾ മാറത്തടിച്ച് നിലവിളിക്കുകയും ചെയ്തിരുന്നു.'

പൈങ്കിളിയുടെ സ്വഭാവമുള്ള ഒരു കഥയിലേക്ക് യഥാർത്ഥ ലോകത്തിന്റെ ചിത്രം എഴുതിച്ചേർക്കുകയാണ് മുകുന്ദൻ. എഴുത്തുകാരൻ കാണുന്ന മറ്റൊരു കാഴ്ച കൊസോവയിൽ നിന്നുള്ള കുറേ അഭയാർത്ഥികളെയായിരുന്നു.

"സ്ത്രീകളും കുട്ടികളും കൂട്ടത്തിലുണ്ടായിരുന്നു. അവരിൽ പലരും നെഞ്ചിൽ എനിക്ക് വിശക്കുന്നു എന്നെഴുതിയ മുഷിഞ്ഞ കടലാസ് പ്രദർശിപ്പിച്ചിരുന്നു."

മാധ്യമങ്ങൾ സൗകര്യപൂർവ്വം മറന്നുപോകുന്ന രണ്ട് പ്രധാന കാഴ്ചകളാണ് മുകുന്ദൻ രചനയിലേക്ക് കൊണ്ടുവരുന്നത്. ഇത് മുകുന്ദന്റെ രചനകളുടെ ഒരു പ്രത്യേകതയാണ്. അസ്വസ്ഥമായ ഇത്തരം വാർത്തകളും കാഴ്ചകളുമാണ് വർത്തമാനകാലത്തെ രൂപപ്പെടുത്തുന്നതെന്ന് മുകുന്ദൻ വിശ്വസിക്കുന്നു. പ്രതിബദ്ധതയുള്ള ഒരെഴുത്തുകാരന് ഇത്തരം കാഴ്ചകളിൽനിന്നും മാറിനില്ക്കാൻ കഴിയില്ല. മാധ്യമലോകത്ത് സാങ്കേതികവിദ്യ വളരുന്തോറും യഥാർത്ഥ കാഴ്ചയുടെ ഇടങ്ങൾ നഷ്ടമാകുന്നതായി 'കാഴ്ചക്കാരൻ' എന്ന കഥയിലൂടെ മുകുന്ദൻ ധ്വനിപ്പിക്കുന്നു.

'ഫോട്ടോ' എന്ന കഥ സാങ്കേതിവിദ്യ ഒരു ചതിപ്രയോഗമായി മാറുന്നതിന്റെ സൂചനയാണ്. കുട്ടികളുടെ ഒരു ചെറിയ താല്പര്യത്തെ തന്റെ ലൈംഗികാനുഭവത്തിലേക്ക് മാറ്റിയെടുക്കുന്ന ഒരു ഫോട്ടോഗ്രാഫർ ഈ കഥയിലുണ്ട്. തന്റെ കൈവശമുള്ള ഫോട്ടോഗ്രാഫി എന്ന സാങ്കേതികവിദ്യ ഉപയോഗിച്ചുകൊണ്ടാണ് അയാൾ കുട്ടികളെ ലൈംഗികമായി ചൂഷണം ചെയ്യുന്നത്. പത്രത്തിൽ സ്ഥിരമായി കാണുന്ന 'ഇന്ന് വിവാഹിതരാകുന്നു' എന്ന പരസ്യവാർത്തയിൽ ഇഷ്ടം തോന്നുന്ന രണ്ട് കുട്ടികൾ പത്രത്തിൽ കാണുന്നതുപോലെ ഫോട്ടോ എടുക്കുന്നതിനുവേണ്ടിയാണ് സ്റ്റുഡിയോയിലെത്തിയത്. എന്നാൽ ഫോട്ടോഗ്രാഫർ അവരുടെ വിവിധ തരത്തിലുള്ള ചിത്രങ്ങൾ എടുക്കുന്നു. ഈ ചിത്രങ്ങൾ ഉപയോഗിച്ചാണ് അയാൾ കുട്ടികളെ ചൂഷണം ചെയ്യുന്നത്. ഈ കഥയിലെ ഫോട്ടോഗ്രാഫർ മാധ്യമപ്രവർത്തകന്റെ രൂപം പ്രാപിക്കുന്നതായി കാണാം. സ്റ്റുഡിയോ ഒരു മാധ്യമലോകമായി മാറുന്നു. സമൂഹത്തിന്റെ താല്പര്യങ്ങളെ സംരക്ഷിക്കുന്ന ഒരിടമായിട്ടാണ് മാധ്യമലോകത്തെ കാണുന്നത്. എന്നാൽ ഇന്ന് മാധ്യമലോകം നമ്മെ ചതിക്കുഴിയിലേക്ക് തള്ളിയിടുന്നു. മാധ്യമപ്രവർത്തകൻ ആ ചതിക്കുഴിയുടെ ആഴത്തെ കൂട്ടു

കയും ചെയ്യുന്നു. സ്റ്റുഡിയോ കുട്ടികളെ ചൂഷണം ചെയ്യാനുള്ള ഒരിടമായി രൂപാന്തരപ്പെടുന്നതുപോലെ മാധ്യമലോകം നമ്മെ ചൂഷണം ചെയ്യുന്ന ഒരു വ്യവസ്ഥാപിതരൂപമായി മാറുന്നു. 'ഫോട്ടോ' എന്ന കഥയിൽ മുകുന്ദൻ അവതരിപ്പിച്ച ആധുനിക സാങ്കേതികവിദ്യ 'ആർട്ട് അറ്റാക്ക്' എന്ന കഥയിൽ കൂടുതൽ പ്രാധാന്യത്തോടെ വരുന്നുണ്ട്. ഒരു പത്രസ്ഥാപനത്തിൽ ആധുനിക സാങ്കേതികവിദ്യ വരുത്തുന്ന മാറ്റങ്ങളാണ് ഈ കഥയിൽ വിശദീകരിക്കുന്നത്.

ഈ കഥയിലെ നായകൻ ശിവരാമനാണ്. സന്ധിവാതം വന്ന ഭാര്യയും പ്രായപൂർത്തിയായ മകളുമായി അയാൾ വാടകവീട്ടിൽ കഴിയുകയാണ്. *നാഷണൽ ടൈംസ്* പത്രത്തിലാണ് അയാൾക്ക് ജോലി. ഒരു ആർട്ട് ക്രിട്ടിക്ക് എന്ന നിലയിൽ അമിതമായ ബുദ്ധിജീവി ജാഡകളിലേക്ക് ഒരിക്കലും ശിവരാമൻ പോയില്ല. മറ്റുള്ളവരെപ്പോലെ ചുമൽവരെ മുടി വളർത്തുകയോ ഒന്നും അയാൾ ചെയ്തില്ല. പക്ഷേ, അയാളുടെ പത്രം മാറിത്തുടങ്ങിയിരുന്നു. സത്യസന്ധമായ പത്രപ്രവർത്തനം എന്ന നിലയിൽനിന്നും സ്ഥാപനം മാറി. പത്രസ്ഥാപനം ലാഭത്തിനുവേണ്ടിയുള്ള ഒരു കമ്പനിയായി. ടെലിപ്രിന്റുകളും ടൈപ്പ്റൈറ്ററുകളും പത്രത്തിൽനിന്നും ഇല്ലാതായി. എല്ലായിടത്തും കമ്പ്യൂട്ടറുകൾ സ്ഥാനം പിടിച്ചു. കൂടാതെ പ്രായമായ മുഖങ്ങൾക്ക് പകരം ജീൻസിട്ട് നടക്കുന്ന, സിഗററ്റ് വലിക്കുന്ന യുവതികളും യുവാക്കളും വന്നു. ശിവരാമന്റെ പുസ്തകങ്ങളും വിരലുകളും പഴകുകയും ജീർണ്ണിക്കുകയും ചെയ്തുവെന്ന് കഥാകൃത്ത് തുടർന്നുപറയുന്നു.

ഒരു ദിവസം ഡെപ്യൂട്ടി എഡിറ്റർ രവിഭൂഷൺ ശിവരാമനെ വിളിച്ചു പറഞ്ഞു.

"ഇന്ന് വൈകുന്നേരം താങ്കൾ ഒരു പ്രധാന ഈവന്റ് കവർ ചെയ്യണം. നിഫ്റ്റിലെ അവസാന വർഷ വിദ്യാർത്ഥികളുടെ ഫാഷൻ ഷോ. വി കാന്റ് അഫോർഡ് ടു മിസ്സ് ഇറ്റ്."

രവിഭൂഷന്റെ തീരുമാനം അംഗീകരിക്കാൻ ശിവരാമന് കഴിഞ്ഞില്ല. താല്പര്യമില്ലാത്ത വിഷയങ്ങളെക്കുറിച്ച് എന്തെങ്കിലും എഴുതി ജീവിക്കുവാൻ ശിവരാമന് കഴിയില്ലായിരുന്നു. റിപ്പോർട്ടിങ് ശിവരാമനെ സംബന്ധിച്ചിടത്തോളം നേരിന്റെ വഴിയായിരുന്നു. അറിവില്ലാത്തവയെ വാർത്തയാക്കി അത്ഭുതം സൃഷ്ടിക്കുന്നതിൽ ശിവരാമൻ വിമുഖനായിരുന്നു. പിക്കോസോവിനെ നേരിട്ട് കണ്ട് സംസാരിച്ച മൂന്നോ നാലോ ചിത്രകാരന്മാരിൽ ഒരാളായ പരിതോഷ്സെന്നിന്റെ ചിത്രങ്ങളെക്കുറിച്ച് അയാൾ എഴുതി. പക്ഷേ, ആ നിരൂപണം ആർട്ട് പേജിൽ വന്നില്ല. പകരം ഫാഷൻഷോയുടെ വർണ്ണചിത്രങ്ങളോടുകൂടി മുഴുപേജ് സ്റ്റോറി അവിടെ സ്ഥാനം പിടിച്ചു. പത്രത്തിൽനിന്നും ശിവരാമൻ ഒറ്റപ്പെട്ടു. ഒപ്പം ആർട്ട് പേജും. മാധ്യമങ്ങൾ വാണിജ്യവല്ക്കരിക്കപ്പെടുകയും സംസ്കാരം വ്യവസായവല്ക്കരിക്കപ്പെടുകയും ചെയ്യുന്ന അവസ്ഥയുടെ ജീർണ്ണമുഖമാണ് ആർട്ട് അറ്റാക്കിലൂടെ വെളിവാകുന്നത്. അവർ കലയ്ക്ക് പകരം

ഫാഷൻഷോയ്ക്ക് പ്രാധാന്യം നല്കുന്നു. രാഷ്ട്രീയത്തിനുപകരം വർഗ്ഗീയരാഷ്ട്രീയത്തെ പകരം വയ്ക്കുന്നു. ഇത്തരം പകരം വയ്ക്കലുകൾ ഒരാപത്തിന്റെ സൂചനയാണ്. ഈ ആപത്തിനെക്കുറിച്ചുള്ള മുന്നറിയിപ്പുകൾ ഒരെഴുത്തുകാരനും സാംസ്കാരിക പ്രവർത്തകനുമെന്ന നിലയിൽ മുകുന്ദന് മറച്ചുപിടിക്കാൻ കഴിയില്ല. മാധ്യമങ്ങളിൽനിന്നും പുറത്താക്കപ്പെടുന്ന നന്മയുടെ ഇമേജാണ് ശിവരാമൻ. ശിവരാമന്റെ കണ്ണീരിനും വേദനയ്ക്കും വർത്തമാനകാലം ഉത്തരം കണ്ടെത്തേണ്ടിയിരിക്കുന്നു. പക്ഷേ, എല്ലായ്പ്പോഴും നമ്മൾ മൗനത്തിലാണ്. നമ്മുടെ മൗനങ്ങൾ തുന്നലുവിട്ട് വലുതായ വാക്കുകളായി മാറുമ്പോഴാണ് പ്രതിബദ്ധതയെന്ന വാക്കിന് അർത്ഥമുണ്ടാകുന്നത്. മാധ്യമങ്ങളുടെ നെറികേടുകൾക്കെതിരെയുള്ള വ്യക്തമായ പ്രതിഷേധമാണ് 'ആർട്ട് അറ്റാക്ക്' എന്ന രചന.

മാധ്യമങ്ങളുടെ മറവിയും ചതിയും തിരസ്കാരവും വെളിപ്പെടുത്തിയ മുകുന്ദൻ *ഒരു ദളിത് യുവതിയുടെ കദനകഥ* എന്ന നോവലിലൂടെ മാധ്യമങ്ങൾ ഒളിച്ചുവയ്ക്കുന്നത് എന്താണെന്ന് പൂർണ്ണമായും ബോദ്ധ്യപ്പെടുത്തുന്നു. ഒളിച്ചുവയ്ക്കുന്നത് ഒരു ജനതയുടെ വേദനയും ചരിത്രവുമാകുമ്പോൾ ദുരന്തത്തിന്റെ ആഴം വർദ്ധിക്കും. മാധ്യമപ്രവർത്തകരുടെ ഇടപെടൽ മൂലം തകർന്നുപോയ ഒരു നാടകാവതരണത്തിന്റെ കഥയാണ് *ഒരു ദളിത് യുവതിയുടെ കദനകഥ.* ഒരു സ്ത്രീക്ക് അനുഭവിക്കേണ്ടിവരുന്ന അപമാനവും വേദനയുമാണ് ഈ നാടകത്തിന്റെ പ്രമേയം. പക്ഷേ, പ്രമേയം അട്ടിമറിക്കപ്പെട്ടു. ഗുണ്ടേച്ച എന്ന സവർണ്ണൻ ഭഗവന്തി എന്ന കീഴ്ജാതിയിൽപ്പെട്ട സ്ത്രീയെ നഗ്നയാക്കി ഗ്രാമത്തിലൂടെ പരേഡ് ചെയ്യിക്കുന്നു. കലയിൽ കോംപ്രമൈസ് ചെയ്യാത്ത സംവിധായകൻ ഈ രംഗം പൂർണ്ണമായും ആവിഷ്കരിക്കാൻ ശ്രമിക്കുന്നു. രാധിക എന്ന നടിയാണ് ഭഗവന്തിയുടെ റോൾ ചെയ്യാമെന്ന് സമ്മതിച്ചിരുന്നത്. എന്നാൽ ഈ രംഗത്തിന്റെ കഠിനതയിൽ അവൾ പിന്മാറി. അങ്ങനെയാണ് വസുന്ധര ഭഗവന്തിയുടെ വേഷം ചെയ്യാമെന്ന് സമ്മതിക്കുന്നത്. സഹോദരനും കാമുകനും അവളെ പിന്തുണയ്ക്കുന്നു. പക്ഷേ, നാടകാവതരണദിനം ഒരു ശിക്ഷാദിനമായി മാറി. നാടകത്തിന്റെ അവസാനം ഗുണ്ടേച്ച ഭഗവന്തിയുടെ ഉടുതുണി ഉരിഞ്ഞുമാറ്റി അവളെ നഗ്നയാക്കിയപ്പോൾ പ്രേക്ഷകരുടെ ഇടയിലുണ്ടായിരുന്ന മാധ്യമപ്രവർത്തകരിൽ നിന്ന് നിരവധി ക്യാമറകളുടെ ഫ്ളാഷുകൾ തുടർച്ചയായി വസുന്ധരയുടെ നഗ്നതയിൽ വെളിച്ചം പ്രസരിപ്പിച്ചു. അങ്ങനെ മാധ്യമങ്ങളുടെ ഇടപെടൽ മൂലം പ്രമേയം അട്ടിമറിക്കപ്പെട്ടു. നോവലിന്റെ അവസാനഭാഗത്ത് മുകുന്ദൻ എഴുതുന്നു.

"ഒരു ലക്ഷത്തോളം വീട്ടുകാർ ഇന്നുരാവിലെ പ്രഭാതപത്രം തുറന്നുനോക്കിയപ്പോൾ ഉടുതുണിയില്ലാതെ നില്ക്കുന്ന ഭഗവന്തിയെയാണ് കണ്ടത്."

അപമാനിക്കപ്പെട്ട ഒരു ദളിത് പെൺകുട്ടിയുടെ ജീവിതം പ്രമേയ

മായ നാടകത്തെയാണ് മാധ്യമങ്ങൾ തമസ്കരിച്ചത്. നടിയുടെ നഗ്നത അവർ ദൃശ്യമാക്കുകയും ചെയ്തു. ദളിതരുടെ വിഷയങ്ങളും ജീവിതസങ്കടങ്ങളും മുഖ്യധാരാ മാധ്യമങ്ങളുടെ പ്രധാന വാർത്തയല്ല. അവർക്കാവശ്യം വരേണ്യവർഗ്ഗ നിലപാടുകളുടെ വാർത്തകളാണ്. ദളിതരേയും ദളിത്പ്രശ്നങ്ങളെയും മാധ്യമങ്ങൾ അവഗണിക്കുകയാണ്. ന്യൂ ഐമാൻ എഴുതുന്നു.

> ആദിവാസികൾക്കിടയിൽ നിലനില്ക്കുന്ന ചൂഷണത്തിന്റെയും പട്ടിണിയുടെയും കഥകൾ പുറത്തുകൊണ്ടുവരാൻ നമ്മുടെ പത്രമാദ്ധ്യമങ്ങൾ മടിക്കുന്നത് എന്തുകൊണ്ടാണ്. ആദിവാസികൾ പത്രവായനക്കാരോ വരിക്കാരോ അല്ലെന്നത് ശരി. പക്ഷേ; ഈ സുഗ്രീവരാജ്യത്ത് ഇങ്ങനെയൊന്നും സംഭവിക്കില്ലെന്ന് മാധ്യമങ്ങൾ കുറ്റകരമായി മൗനപ്പെടുന്നതിൽ അസ്വാഭാവികമായി ഒന്നുമില്ലെന്ന് വിശ്വസിക്കാൻ മലയാളി പത്രപ്രവർത്തകർ ഒരുക്കമാണെങ്കിലും വിശപ്പിന്റെയും പട്ടിണിയുടെയും യാഥാർത്ഥ്യം തൊട്ടറിഞ്ഞ ഏക പത്രപ്രവർത്തകനെന്ന് അമർത്യാസെൻ വിശേഷിപ്പിച്ച സായ്നാഥ് ഒരുക്കമല്ല. സായ്നാഥിന്റെ ഭാഷയിൽ ഒരുതരം ദല്ലാൾ പണിയാണ് നമ്മുടെ മാധ്യമപ്രവർത്തകർ നടത്തിക്കൊണ്ടിരിക്കുന്നത്.[4]

2006 ലെ മാഗ്സെസെ അവാർഡ് പി സായ്നാഥിന് നല്കികൊണ്ട് കമ്മിറ്റി ഇത് സൂചിപ്പിക്കുന്നുണ്ട്. എന്നാൽ, ദളിതർ അവഗണിക്കപ്പെട്ടവനും അപരിഷ്കൃതനുമാണെന്ന പൊതുബോധത്തെ മാറ്റിയെടുക്കുന്നതിൽ മുഖ്യധാരാ മാധ്യമങ്ങൾ ഉത്സാഹം കാണിക്കാറില്ല. അതുകൊണ്ടുതന്നെ അവരെക്കുറിച്ചുള്ള ചിത്രങ്ങളും വാർത്തകളും അവഗണിക്കപ്പെടുന്നു. വിപണിയുടെ ഭാഗമാകാൻ ദളിതർക്ക് കഴിയാത്തതുകൊണ്ടാണ് ഇങ്ങനെ സംഭവിക്കുന്നതെന്ന് മാധ്യമനിരൂപകർ കണ്ടെത്തുന്നുണ്ട്. ദളിതരെക്കുറിച്ചുള്ള വാർത്താചിത്രങ്ങളെ എതിർത്തു തോല്പ്പിക്കുന്നതും മുഖ്യധാരാ മാധ്യമങ്ങളുടെ സവിശേഷതയാണ്. സമൂഹത്തിന്റെ പൊതു ഇടങ്ങളിൽ ദളിതരുടെ പ്രശ്നങ്ങൾ ചർച്ചചെയ്യാതിരിക്കാനുള്ള തന്ത്രങ്ങളെല്ലാം ഇവരിലുണ്ട്. മാധ്യമലോകം സർവ്വ ലോകത്തേയും അടക്കിഭരിക്കുകയാണ്. കമൽറാം സജീവ് എഴുതുന്നു.

"അവാർഡുകൾക്ക് സ്കോപ്പുള്ള ഒരു ഫലഭൂയിഷ്ഠമേഖല, അല്ലെങ്കിൽ ഡൽഹിയിലെ രാഷ്ട്രീയ മേഖലകളിലൂടെ 'ഒപ്പിച്ചെടുക്കുന്ന' റിസർച്ച് ഫെലോഷിപ്പ് അലക്കാനുള്ള ഒരിടം എന്നതിൽക്കവിഞ്ഞ് ഇത്തരം പാർശ്വവല്ക്കരിക്കപ്പെട്ടവരുടെ മേഖലകളിൽ ഭൂരിപക്ഷം പത്രപ്രവർത്തകരും താല്പര്യം കാണിക്കാറില്ല."[5]

ഇന്ത്യയുടെ പല ഭാഗങ്ങളിലും ഗുണ്ടേച്ചയുടെ സാന്നിദ്ധ്യമുണ്ട്. അയാൾ ദളിത് വിരുദ്ധമനോഭാവത്തിന്റെ ആശയങ്ങളുമായി തങ്ങളുടെ വാസസ്ഥലങ്ങൾ അടക്കിഭരിക്കുന്നു. വടക്കേന്ത്യ ഇത്തരം കാഴ്ചകളു

ടെയും വാർത്തകളുടെയും നാടാണ്. ഇരകളുടെ വേദനയും നിസ്സഹായതയും മുഖ്യധാരാ മാധ്യമങ്ങളിൽ പലപ്പോഴും സ്ഥാനം പിടിക്കാറില്ല. എരിയുന്ന ചുംബനങ്ങൾക്കും താരമക്കളുടെ വിവാഹത്തിനും മാഫിയ ബന്ധങ്ങളുടെ ഉശിരൻ കവർസ്റ്റോറികൾക്കും അമിത പ്രാധാന്യം കൊടുക്കുന്ന മാധ്യമസ്ഥാപനങ്ങൾ കരയുന്ന ദളിതരുടെ ജീവിതം പാടെ തിരസ്കരിക്കുകയാണ്. ചിലപ്പോൾ അവരുടെ ദയനീയതയും മാനസികാസ്വാസ്ഥ്യവും ആഘോഷമാക്കി മാറ്റുകയും ചെയ്യുന്നു. 2007 ജൂലൈ 23ന് ഔട്ട് ലുക്കിൽ ബീനാരമണി എഴുതിയ 'ചെന്നായ്ക്കൾക്കിടയിൽ നഗ്നയായി' എന്ന ലേഖനത്തോടൊപ്പം അടിവസ്ത്രം മാത്രം ധരിച്ച് ജനക്കൂട്ടത്തിനിടയിലൂടെ ഓടിപ്പോയ ഒരു യുവതിയുടെ ചിത്രമുണ്ടായിരുന്നു. ദേശീയ വനിതാകമ്മീഷൻ നടത്തിയ അന്വേഷണത്തിൽ ബാല്യകാലത്തെ പീഡാനുഭവങ്ങൾ പെൺകുട്ടിയുടെ മനസ്സിനെ മഥിക്കുന്നുണ്ടെന്നും അവൾക്ക് കൗൺസലിങ് ആവശ്യമാണെന്നും കണ്ടെത്തി. കമ്മീഷൻ കണ്ടെത്തിയ വിവരങ്ങളെക്കാൾ പ്രാധാന്യത്തോടെ അവളുടെ നഗ്നചിത്രം പ്രസിദ്ധീകരിക്കുകയാണ് മാധ്യമങ്ങൾ ചെയ്തത്. യാസിൻ അഷ്റഫ് ചോദിക്കുന്നു. "പെൺകുട്ടിയുടെ ചിത്രം ക്യാമറയിൽ പകർത്തിയയാളും അങ്ങനെ പകർത്തി കിട്ടിയ പടം എല്ലാവർക്കും കാണാൻ പാകത്തിൽ പ്രദർശനത്തിനുവച്ച പത്രാധിപക്കൂട്ടമല്ലേ ചെന്നായ്ക്കൾ."[6] മാധ്യമങ്ങൾക്കാവശ്യം ചിത്രങ്ങളാണ്; ശരീരചിത്രങ്ങൾ. മൂല്യങ്ങളുടെ വ്യാകരണങ്ങൾ തെറ്റിച്ചുകൊണ്ട് ചിത്രങ്ങളുടെ അശ്ലീലതകൾ വായനക്കാരന്റെ മുന്നിലെത്തിക്കുമ്പോൾ മാധ്യമങ്ങൾ മറക്കുന്നതെന്താണ്? മുകുന്ദന്റെ നോവൽ ഇത്തരത്തിലുള്ള ഒരന്വേഷണത്തിലേക്കാണ് നമ്മുടെ ശ്രദ്ധയെ ക്ഷണിക്കുന്നത്.

ഒരു സമൂഹത്തിന്റെ സംസ്കാരവും ചരിത്രവും രാഷ്ട്രീയവും രൂപപ്പെടുത്തിയെടുക്കുന്നതിൽ മാധ്യമങ്ങൾക്ക് നിർണ്ണായകമായ പങ്കുണ്ട്. മൂർക്കോത്തു കുമാരൻ, സ്വദേശാഭിമാനി, കെ പി കേശവമേനോൻ, സി വി കുഞ്ഞിരാമൻ, സഹോദരൻ അയ്യപ്പൻ തുടങ്ങിയവർ മാധ്യമങ്ങളെ ഉപയോഗിച്ചുകൊണ്ട് സമൂഹത്തെ പരിഷ്കരിച്ചവരാണ്. എന്നാൽ ഇന്ന് മാധ്യമലോകം ജനക്കൂട്ടത്തെ നവോത്ഥാന ചിന്തകളിലേക്ക് നയിക്കുന്നതേയില്ല. മാധ്യമവാർത്തകളും വാർത്താചിത്രങ്ങളും ജനങ്ങളെ വെറും കാഴ്ചക്കാരാക്കി മാറ്റുന്നു. വ്യാജമായ സന്ദേശങ്ങളും പൊള്ളയായ അഭിപ്രായങ്ങളുംകൊണ്ട് മാധ്യമലോകം സമൂഹത്തെ വഴിതെറ്റിക്കുകയാണ്. നിർവ്വികാരമായ ഒരാൾക്കൂട്ടത്തെയാണ് അവർ സൃഷ്ടിക്കുന്നത്. കരിംബോയിയുടെ നാടകം പ്രകടിപ്പിച്ച നവീനതയിൽ ജനക്കൂട്ടത്തിന് താല്പര്യമില്ലായിരുന്നു. നടിയുടെ ഉടുതുണി നഷ്ടപ്പെടുന്ന രംഗമാണ് ജനക്കൂട്ടത്തെ ആകർഷിക്കുന്നത്. ജനങ്ങൾക്ക് ഇതൊക്കെയാണ് ആവശ്യം. എം ടി എഴുതുന്നു: "സോമാലിയയിലെയും എത്യോപ്യയിലെയും അഭയാർത്ഥികളുടെ നീണ്ടുനില്ക്കുന്ന പ്രവാഹങ്ങൾ, എല്ലും തോലുമായിട്ടുള്ള ശ്വസിക്കുന്നുവോ എന്ന സംശയം തോന്നുന്ന ശരീരങ്ങൾ, മുക

ളിൽനിന്നും വരുന്ന വിമാനങ്ങളിൽനിന്നും ഭക്ഷണവും മരുന്നും വസ്ത്രവും എറിഞ്ഞുകൊടുക്കുന്നതും കാത്തുനില്ക്കുമ്പോൾ നാം ഒരു ബട്ടൺ അമർത്തിയാൽ മിന്നിമറയുന്ന ചാനലുകളിൽ സിനിമാറ്റിക് ഡാൻസ് കാണുന്നു. എങ്ങനെ നമുക്കിത് സാധിക്കുന്നു."[7] ജനങ്ങളുടെ കാഴ്ചകളെയും അഭിരുചികളെയും തങ്ങളുടെ ഇഷ്ടത്തിനൊത്ത് മാറ്റി യെടുക്കുന്നതിൽ മാധ്യമങ്ങൾ വിജയിച്ചിരിക്കുന്നു.

കരിംബോയിയുടെ നാടകത്തിൽ മാധ്യമങ്ങൾക്ക് താല്പര്യമില്ലായിരുന്നു. അത് ഉന്നയിക്കുന്ന പ്രധാന വിഷയങ്ങളിൽ അവരുടെ ശ്രദ്ധയില്ലായിരുന്നു. അവർക്കാവശ്യം മറ്റു പലതുമായിരുന്നു. നാടകാവതരണദിവസം ഒരു മാധ്യമപ്രവർത്തകൻ കരിംബോയിയെ വിളിക്കുന്നുണ്ട്.

"ഞാൻ ടൈംസ് എക്സ്പ്രസിൽനിന്നും വിളിക്കുകയാണ്. വർഗ്ഗീസ്"

"സന്തോഷം"

"നാടകത്തിന്റെ ആദ്യഷോ ഇന്നല്ലേ? ഹീറോയിനായി അഭിനയിക്കുന്ന പെൺകുട്ടിയെ ഇന്റർവ്യൂ ചെയ്യണം. ഫോട്ടോഗ്രാഫറുമായി ഞാൻ അങ്ങോട്ടു വരുന്നു."

"വൈ ദ ഹീറോയിൻ?"

കരിംബോയിയുടെ സന്തോഷം മാഞ്ഞു.

"വേണ്ട വിവരങ്ങൾ ഞാൻ തരാം.

ഞാനാണ് സംവിധായകൻ വിക്ടർ കരിംബോയി"

"ആ കുട്ടിയോടാണ് എനിക്ക് സംസാരിക്കേണ്ടത്. നിങ്ങളോടല്ല"

അയാൾ പറഞ്ഞു.

കഥയും എഴുത്തുകാരനും സംവിധായകനും മാധ്യമപ്രവർത്തകന്റെ ലോകത്തുനിന്നും നാടുകടത്തപ്പെടുന്നു. ഹീറോയിന്റെ ഇന്റർവ്യൂവും വേഷത്തിന്റെ സവിശേഷതകളും പകരം വയ്ക്കപ്പെടുന്നു. പത്രങ്ങൾ വസുന്ധരയെ ശ്രദ്ധിക്കുകയും ഭഗവന്തിയെ മറക്കുകയും ചെയ്യുന്നു. കഥാപാത്രത്തിനുപകരം അഭിനേതാവിന് പ്രാധാന്യം ലഭിക്കുന്നത് അപകടകരമാണ്. അങ്ങനെ വരുമ്പോൾ പ്രമേയം മുന്നോട്ടുവയ്ക്കുന്ന ആശയങ്ങൾ മരണമടയുന്നു. അതുകൊണ്ടാണ് കരിംബോയി പറയുന്നത്.

"പത്രങ്ങളുടെ ശ്രദ്ധ വസുന്ധരയിലേക്ക് തിരിയുന്നത് ആപത്താണ്. ബ്രഹ്ത്തിയൻ പാരമ്പര്യത്തിന്റെ അന്ത്യം കുറിക്കുന്ന ഒരു നാടകമാണ് നമ്മുടേത്. പത്രങ്ങൾ അതിനെക്കുറിച്ചാണ് എഴുതേണ്ടത്."

ലോകനാടക വേദിയിൽ മഹത്തായ ചലനങ്ങൾ സൃഷ്ടിച്ച നാടകകൃത്താണ് ബ്രഹ്ത്ത്. അദ്ദേഹത്തിന്റെ നാടകസമ്പ്രദായങ്ങളെ ചോദ്യം ചെയ്യുക കരിംബോയിയുടെ ലക്ഷ്യങ്ങളിലൊന്നായിരുന്നു. എന്നാൽ ഇതൊന്നും മാധ്യമപ്രവർത്തകർക്ക് ആവശ്യമില്ലായിരുന്നു. പരീക്ഷണങ്ങളെയും തനതായ പ്രമേയങ്ങളെയും അവഗണിച്ചുകൊണ്ട് സെൻസേഷണലായ വിഷയങ്ങളിലേക്ക് അവർ താല്പര്യം പ്രകടിപ്പിക്കുന്നു. വസുന്ധരയുടെ ശരീരം ക്യാമറയിലാക്കി പത്രത്താളുകളിലേക്ക് മാറ്റിയെടുക്കുന്നതിലായിരുന്നു അവരുടെ ഉത്സാഹം.

കമ്പോളത്തിന് വേണ്ടിയാണ് മാധ്യമങ്ങൾ സജീവമാകുന്നത്. കമ്പോളതാല്പര്യത്തിന് മുൻതൂക്കം നല്കുമ്പോൾ പ്രതിബദ്ധത വെറുമൊരു ചരക്കായിമാറുന്നു. സംഭവങ്ങളെ വിനോദത്തിനും വിവാദത്തിനുമുള്ള വാർത്തകളായി മാറ്റിയെടുത്തുകൊണ്ടാണ് മാധ്യമങ്ങൾ വിപണിയിൽ ശ്രദ്ധ കേന്ദ്രീകരിക്കുന്നത്. മാധ്യമങ്ങൾ നടത്തുന്ന നെറികെട്ട കച്ചവടതാല്പര്യങ്ങൾ മൂലം തകർന്നുപോയ ഒരു നാടകത്തെയും അതിലെ പ്രമേയപ്രശ്നങ്ങളെയും മുന്നിലെത്തിച്ചുകൊണ്ടാണ് മുകുന്ദൻ മാധ്യമപ്രവർത്തനത്തെ വിചാരണ ചെയ്യുന്നത്.

സ്ത്രീവിരുദ്ധവും ഫ്യൂഡലിസ്റ്റ് മനോഭാവവും ലയിച്ചുകിടക്കുന്ന അധികാരകേന്ദ്രങ്ങളാണ് പല മാധ്യമസ്ഥാപനങ്ങളും. പുരുഷകേന്ദ്രിത ആശയങ്ങളുടെ വിതരണ സ്ഥലങ്ങളെന്നാണ് മാധ്യമങ്ങളെ പലരും വിശേഷിപ്പിക്കുന്നത്. ജാതിമേല്ക്കോയ്മയുടെ ഒരിടമായി മാധ്യമങ്ങൾ മാറിത്തുടങ്ങിയതിനെക്കുറിച്ച് റോബിൻ ജെഫ്രി (Robin Jeffrey) സൂചിപ്പിച്ചിട്ടുണ്ട്. ഇന്ത്യയിൽ എത്ര ദളിത് ജേണലിസ്റ്റുകൾ ജോലി ചെയ്യുന്നുണ്ടെന്ന് 'വാഷിങ്ടൺ പോസ്റ്റ്'ന്റെ ലേഖകൻ കെന്നത്ത് കൂപ്പർ അന്വേഷിച്ചതിനെക്കുറിച്ച് റോബിൻ ജെഫ്രി എഴുതിയിട്ടുണ്ട്.[8] പക്ഷേ, കെന്നത്ത് കൂപ്പർക്ക് ദളിത് ജേണലിസ്റ്റുകളെ കണ്ടെത്താൻ കഴിഞ്ഞില്ല. കൂപ്പറുടെ പരാജയപ്പെട്ട ദൗത്യത്തെപ്പറ്റി ബി എൻ യുനിയാൽ *പയനിയർ* പത്രത്തിൽ എഴുതുകയുണ്ടായി. തന്റെ മുപ്പത് വർഷത്തോളം ദൈർഘ്യമുള്ള മാധ്യമപ്രവർത്തനകാലത്ത് ഒരിക്കൽപ്പോലും ഒരു ദളിത് സഹപ്രവർത്തകനെ കാണാൻ കഴിഞ്ഞിട്ടില്ലെന്ന് അദ്ദേഹം തുടർന്നെഴുതി. ദളിത് വിരുദ്ധസമീപനം പുലർത്തുന്ന മാധ്യമങ്ങളെക്കുറിച്ചും മാധ്യമലോകത്തെ ദളിതരുടെ അസാന്നിദ്ധ്യത്തെക്കുറിച്ചും ഗവേഷണങ്ങൾ നടക്കുന്നുണ്ട്. ദളിത് വിരുദ്ധമെന്നപോലെ സ്ത്രീവിരുദ്ധസമീപനം പുലർത്തുന്ന മാധ്യമസ്ഥാപനങ്ങളുമുണ്ട്. കേരളത്തിലെ പ്രധാന മാധ്യമസ്ഥാപനങ്ങളൊന്നും സ്ത്രീകേന്ദ്രിതമല്ല. എഡിറ്റോറിയൽ ബോഡ് പോലുള്ള ഉന്നതമായ സ്ഥാനങ്ങളിലും അവർക്കിടമില്ല. അതുകൊണ്ടുതന്നെ ഉന്നതമായ വിജയം നേടുന്നവരും പരിശീലനകാലം ഭംഗിയായി നിർവ്വഹിക്കുന്നവരും പലപ്പോഴും പുറത്തുപോകുക പതിവാണ്. ദൃശ്യമാധ്യമങ്ങളുടെ വരവോടുകൂടി സ്ത്രീസാന്നിദ്ധ്യത്തിന് അല്പം ഭേദം വന്നെങ്കിലും പരമ്പരാഗത അച്ചടിമാധ്യമങ്ങളിൽ അവർക്ക് ഇപ്പോഴും കൃത്യമായ ഇടം ലഭിക്കാറില്ല. മിടുക്കികളെയും പരിശീലനകാലം വിജയകരമായി പൂർത്തീകരിച്ചവരെയും വിവിധ കാരണങ്ങൾ നിരത്തി ഒഴിവാക്കുക അച്ചടിമാധ്യമങ്ങളുടെ ഒരു തന്ത്രമാണ്. ആ തന്ത്രം പയറ്റുന്ന പത്രാധിപരെയും അതിനെ വിജയകരമായി പ്രതിരോധിക്കുന്ന ഒരു ജേർണലിസ്റ്റിനെയും നമുക്ക് മുകുന്ദന്റെ 'ജാനകിയും ചെഖോവും'[9] എന്ന കഥയിൽ കാണാം. ജാനകിയുടെ പരിശീലനകാലം കഴിഞ്ഞപ്പോൾ എഡിറ്റർ പറഞ്ഞു. "നിനക്ക് ഞാനൊരു അസൈൻമെന്റ് തരാം. അത് വൃത്തിയായി ചെയ്യാൻ കഴിഞ്ഞാല് ഈ സ്ഥാപനത്തില് തുടരാം. അല്ലെങ്കിൽ വീട്ടിൽ പോകാം." എഡിറ്ററുടെ

അസൈൻമെന്റ് വളരെ വിചിത്രമായിരുന്നു. ആന്റൺ ചെഖോവിനെ ഇന്റർവ്യൂ ചെയ്യുക എന്നതായിരുന്നു എഡിറ്ററുടെ ആവശ്യം. രണ്ടാഴ്ച യാണ് സമയം. അതിനുള്ളിൽ ഇന്റർവ്യൂ തരണം. എത്ര വിചിത്രമായ ആവശ്യമാണ് എഡിറ്റർ നല്കുന്നത്. ജാനകിയെ ഒഴിവാക്കുക എന്നതാ യിരുന്നു അയാളുടെ പ്ലാൻ. പക്ഷേ, എഡിറ്ററെ അമ്പരപ്പിച്ചുകൊണ്ട് ജാനകി ആ അസൈൻമെന്റ് ഏറ്റെടുക്കുകയാണ്. ഇത്തിരിനരച്ച, പാതി താടി വളർത്തിയ തന്റെ അച്ഛനെ ചെഖോവിനെപ്പോലെ വേഷം ധരി പ്പിച്ച് അവൾ ഇന്റർവ്യൂ നടത്തി പത്രാധിപർക്ക് നല്കുന്നു. അയാളത് ആവേശത്തോടെ വാങ്ങുകയാണ്. ഇവിടെ ആരാണ് വായനക്കാരെ കബ ളിപ്പിക്കുന്നത്? പത്രാധിപരോ? ജാനകിയോ? നൂറ് വർഷങ്ങൾക്കു മുൻപ് മരിച്ചുപോയ ഒരെഴുത്തുകാരനെ ഇന്റർവ്യൂ ചെയ്യണമെന്ന് പറഞ്ഞ പത്രാ ധിപരുടെ പ്രശ്നമെന്തായിരിക്കും? നേരത്തെ സൂചിപ്പിച്ചതുപോലെ ജാന കിയെ ഒഴിവാക്കുക എന്നതു മാത്രമാണോ അയാളുടെ ആവശ്യം? കഥ യുടെ തുടർന്നുള്ള ഭാഗങ്ങളിൽ അത് മാത്രമല്ലെന്ന് മനസ്സിലാക്കാം. കാരണം അവൾ നല്കിയ ഇന്റർവ്യൂ മികച്ചതാണെന്ന അഭിപ്രായ ത്തോടെ അയാൾ സ്വീകരിക്കുകയായിരുന്നു. അപമാനിക്കാനായി അസൈൻമെന്റ് നല്കിയ പത്രാധിപരും അതിന് അതേ മൂർച്ചയോടെ മറുപടി നല്കിയ ജാനകിയും വായനക്കാരെ പരിഹസിക്കുകയല്ലേ ചെയ്യു ന്നത്. പുറത്താക്കാൻ വെമ്പുന്ന പത്രാധിപരും പുറത്തുപോകാതിരിക്കാൻ ശ്രമിക്കുന്ന ജേണലിസ്റ്റും വായനക്കാരെ പൂർണ്ണമായും കബളിപ്പിക്കുന്നു. ഒരുപക്ഷേ, നാളത്തെ പത്രത്തിൽ ചെഖോവിന്റെ ഇന്റർവ്യൂ അതീവ പ്രാധാന്യത്തോടെ അച്ചടിച്ചുവന്നാലും അത്ഭുതപ്പെടേണ്ടതില്ല. കാര്യങ്ങ ളൊക്കെ അങ്ങനെയാണ് ഇപ്പോൾ സംഭവിച്ചുകൊണ്ടിരിക്കുന്നത്. അന്വേ ഷണാത്മക റിപ്പോർട്ടുകളെന്ന വ്യാജേന നിർമ്മിത വാർത്തകൾ വായന ക്കാരുടെ മുന്നിലെത്തിക്കുക, വിദഗ്ദ്ധർ എന്ന വിശേഷണത്തോടെ താല്പര്യക്കാരുടെ അഭിപ്രായങ്ങൾ പ്രാധാന്യത്തോടെ ചർച്ചചെയ്യുക, വ്യാജ അഭിമുഖങ്ങളിലൂടെ സർക്കുലേഷൻ വർദ്ധിപ്പിക്കാൻ ഉതകുന്ന വിധത്തിൽ പ്രവർത്തിക്കുക, അപ്രകാശിത രചനയെന്ന വിശേഷണ ത്തോടെ ചില രചനകൾ പ്രസിദ്ധീകരിക്കുക, പണം വാങ്ങി വാർത്ത (paid news) നല്കുക, അപകീർത്തിപ്പെടുത്തുന്ന വാർത്തകൾ (yellow news) സൃഷ്ടിക്കുക ഇങ്ങനെ ജനവിരുദ്ധവും സമൂഹവിരുദ്ധവുമായ ആശയലോകമാണ് പലപ്പോഴും മാധ്യമങ്ങൾ സൃഷ്ടിക്കുന്നത്. പത്രാധി പരും ജേണലിസ്റ്റുകളും അറിഞ്ഞും അറിയാതെയും ഇതിൽ പങ്കുചേരു ന്നുണ്ട്. ചെഖോവ് ആരാണെന്ന് ചോദിക്കുന്ന ജേർണലിസ്റ്റും മരിച്ചോ ഇല്ലയോ എന്നതല്ല ഇന്റർവ്യൂ ചെയ്യാൻ കഴിയുമോ എന്നു ചോദിക്കുന്ന പത്രാധിപരും നമ്മുടെ മൂല്യവത്തായ മാധ്യമപാരമ്പര്യത്തെ പരാജയ പ്പെടുത്തുകയാണ്. വാസ്തവത്തിൽ ഒരു ബദൽ മാധ്യമസമീപനം വളർന്നുവരേണ്ടതുണ്ടെന്ന പാഠം ഈ കഥയിലുണ്ട്.

ജാനകി ചെഖോവുമായി നടത്തുന്ന അഭിമുഖം വളരെ രസകരമാ

ണ്. മലയാളമാണ് മാതൃഭാഷയെന്ന് ചെഖോവ് വെളിപ്പെടുത്തുന്നു. മാർക്സിന് നൂറിലധികം ഭാഷകൾ അറിയാമായിരുന്നുവെന്നും മലയാളവും ബംഗാളിയും നന്നായി പറയുമായിരുന്നുവെന്നും ഇപ്പോൾ ബംഗാളിഭാഷ മറന്നുപോയെന്നും ചെഖോവ് സൂചിപ്പിക്കുന്നുണ്ട്. മാക്സിം ഗോർക്കിയും പൗലോ കൊയ്ലോയും നന്നായി മലയാളം പറയുമെന്നും അദ്ദേഹം സൂചിപ്പിക്കുന്നു. റഷ്യൻ സാഹിത്യവും കേരളവും തമ്മിലുള്ള ബന്ധവും അതിലെ രാഷ്ട്രീയ സൂചനകളുമാണ് മുകുന്ദൻ ഇവിടെ വെളിവാക്കുന്നത്. ബംഗാളിഭാഷ മറന്നുപോയ മാർക്സിനെക്കുറിച്ചുള്ള സൂചനയിൽ ബംഗാളിലെ പുതിയ രാഷ്ട്രീയ കാലാവസ്ഥയും സൂചിതമാകുന്നു. കൂടാതെ റെയിൽമൺഡ് കാർവറുടെ 'Erroand' എന്ന കഥയെക്കുറിച്ചും അഭിമുഖത്തിനിടയിൽ പറയുന്നുണ്ട്. ചെഖോവിനെക്കുറിച്ച് എഴുതപ്പെട്ട മികച്ച രചനയെന്ന നിലയിൽ ഈ കഥ ഏറെ ശ്രദ്ധേയമാണ്. വിചിത്രമായ മാധ്യമധർമ്മത്തെക്കുറിച്ച് വിവരിക്കുന്ന ജാനകിയും ചെഖോവും ഇങ്ങനെ പല വഴികളിലൂടെ മികച്ച കഥയുടെ രൂപത്തിലേക്ക് പ്രവേശിക്കുകയാണ്. വിവിധ വിവരങ്ങൾ തെളിഞ്ഞുവരുമ്പോഴും കഥയുടെ ഒർജിനൽ ഭാവം അധാർമ്മികമായ മാധ്യമരീതിയുടെ വിമർശനമായി നിലകൊള്ളുന്നു.

കുറിപ്പുകൾ

1. Third Wave, Alvin Tofflor
2. Broadcast Journalism - Basic principles, S.C.Bhatt
3. മനോരമ വിഷൻ
4. *മാധ്യമം ആഴ്ചപ്പതിപ്പ്* 2004 ഡിസംബർ 10
5. *മാധ്യമം ആഴ്ചപ്പതിപ്പ്*, 2004 ആഗസ്റ്റ് 20
6. മീഡിയാസ്കാൻ, യാശിൻ അശറഫ്
7. എതിർ മാസിക, സെപ്റ്റംബർ 2006
8. അവർ ഇന്നും ഇന്ത്യൻ ന്യൂസ് റൂമിന്റെ പടിക്ക് പുറത്തുതന്നെ, റോബിൻ ജെഫ്രി, സമകാലിക മലയാളം, മെയ് 4, 2012
9. ജാനകിയും ചെഖോവും, പ്രസാധകൻ, ഓണപ്പതിപ്പ്, 2021

ഓക്കുമരത്തിനുള്ളിലെ കേൾക്കാതെ പോയ നിലവിളി

വേനൽക്കാലത്തും അവർ കുടപിടിച്ചു നടക്കാൻ തുടങ്ങി. തുറന്നുപിടിച്ച മൊട്ടുക്കുടയിൽനിന്ന് ഒരു തുള്ളി വെള്ളം അവരുടെ മുഖത്ത് ഇറ്റിവീണു. ഈ വെയിലത്ത് എവിടെനിന്നു വന്നു ഈ വെള്ളത്തുള്ളി? അവർ തലയുയർത്തി മുകളിലേക്കു നോക്കി. ഒരു മേഘച്ചീന്തുപോലുമില്ലാത്ത കടുംനീല ആകാശത്തിന്റെ തിളക്കത്തിൽ അവരുടെ കണ്ണ് മഞ്ഞളിച്ചുപോയി. അവർ ഉടനെ കണ്ണടച്ചുകളഞ്ഞു. അന്നേരം കുടയിൽനിന്ന് ഒരു തുള്ളി അവരുടെ കവിളിൽ വന്നുവീണു. വിരൽകൊണ്ട് ആ വെള്ളത്തുള്ളി തൊട്ട് അവർ നാവിന്മേൽ വെച്ചു. കണ്ണീരിന്റെ രുചി. ജീവിതത്തിൽ ഒരുപാട് കണ്ണീർ കുടിച്ചിട്ടുള്ള മാധവിഅമ്മായിക്ക് മറ്റാരേക്കാളും നന്നായി കണ്ണീരിന്റെ രുചി അറിയാമായിരുന്നു.

–കുട നന്നാക്കുന്ന ചോയി–

മാർക്വേസ് മലയാളത്തിലെഴുതുകയാണെങ്കിൽ അത് എം മുകുന്ദൻ എഴുതുന്നതുപോലെയായിരിക്കും എന്ന് പറയുന്നതിൽ ഒരു നേരുണ്ട്. എഴുതുമ്പോൾ മുകുന്ദന്റെയുള്ളിൽ മാർക്വേസ് അറിഞ്ഞും അറിയാതെയും കയറിയിറങ്ങും. മാർക്വേസ് മക്കോണ്ടയെ പകർത്തിയതുപോലെയാണ് മുകുന്ദൻ മയ്യഴിയെ പകർത്തിയത്. *മയ്യഴിപ്പുഴയുടെ തീരങ്ങളിൽ, ദൈവത്തിന്റെ വികൃതികൾ* എന്നീ നോവലുകളിലും മറ്റനേകം ചെറുകഥകളിലും മുകുന്ദൻ സ്വന്തം ദേശത്തിന്റെ ഗരിമയും തനിമയും സൂക്ഷ്മമായിപകർത്തി. പരിചയമുള്ള പ്രദേശത്തിലെ അസ്വാഭാവികമായ ജീവിതം എഴുതുകയായിരുന്നു മുകുന്ദൻ.

സ്വപ്നവും ഭ്രമാത്മകതയുമെല്ലാം ഇവിടെ ഇളകിമറിയുന്നു. പരി

ചയ പ്രദേശമാണ് എപ്പോഴും മുകുന്ദന്റെ നോവൽഭൂമിക.

'നോവലിന്റെ രചനയ്ക്ക് ഒരു ഭൂമിക വേണം. കഥയും കഥാപാത്രങ്ങളെയും ശൂന്യതയിൽ ആഖ്യാനം ചെയ്യുവാൻ കഴിയുകയില്ലല്ലോ. ഈ ഭൂമിക നോവലിന്റെ പരിചയമുള്ള പ്രദേശമാകുമ്പോൾ കൃതിക്ക് കൂടുതൽ മിഴിവ് വരുന്നു.'

രചനയെ പരിസരങ്ങളിൽ ലയിപ്പിച്ച് അസാധാരണമായ ജീവിതസന്ദർഭങ്ങളെ അടയാളപ്പെടുത്തുന്ന രചനാരീതി മുകുന്ദനോളം മലയാളത്തിൽ ആർക്കുമില്ല. കഥയും കഥാപാത്രവും വായനക്കാരന് ഏറെ അടുപ്പമുള്ളവരായിരിക്കുമ്പോൾത്തന്നെ അവരുടെ പല രീതികളും അസ്വാഭാവികമായി വരുകയും ചെയ്യുന്നു. ഇങ്ങനെ വായനക്കാരെ ഇരട്ടച്ചിന്തയിലേക്ക് വഴിതിരിച്ചുവിടുന്ന രചനാതന്ത്രം മുകുന്ദന്റെ പ്രത്യേകതയാണ്. ലളിതവും സുന്ദരവുമായ രചനയിലേക്ക് അപരിചിതമായ സന്ദർഭങ്ങൾ കടന്നുവരുന്നു. വളരെ സാധാരണമായ രീതിയിലാണ് പ്രമേയം വളരുന്നത്. എന്നാൽ എഴുത്തിലെ പല രീതികളും വായനയുടെ പൊതുശീലങ്ങളെ മാറ്റിമറിക്കുന്നു. രചനയിൽ മുകുന്ദൻ വരുത്തുന്ന പുതുരചനാശീലങ്ങൾക്ക് ഉദാഹരിക്കാവുന്ന രചനയാണ് *കുട നന്നാക്കുന്ന ചോയി.*

നാട്ടുകാർക്ക് ഏറെ പ്രിയപ്പെട്ട കുട നന്നാക്കുന്ന ചോയി ഫ്രാൻസിലേക്ക് പോവുകയാണ്. എല്ലാവരെയും പോലെ വീട്ടിലെ ദാരിദ്ര്യമാണ് പ്രവാസത്തിനു കാരണം. കൊപ്പരക്കാരന്റ്വട കുഞ്ഞമ്പുവിന്റെ മകനാണ് ചോയി. പുരയിടങ്ങളിൽ അടർന്നുവീഴുന്ന തേങ്ങ പെറുക്കി കൊപ്രയാക്കി വില്ക്കുകയാണ് കുഞ്ഞമ്പു. പച്ച പിടിക്കാത്ത വീടായിരുന്നു അയാളുടേത്. മഴക്കാലത്ത് കുട നന്നാക്കി കിട്ടുന്ന വരുമാനം കൊണ്ടുമാത്രം ജീവിക്കാൻ കഴിയില്ലെന്നു വന്നപ്പോഴാണ് ചോയി നാടുവിടാൻ തീരുമാനിക്കുന്നത്. കപ്പൽ കയറിപ്പോകുന്നതിനുമുൻപ് ചോയി തന്റെ അയൽപ്പക്കത്തെ മാധവനെ വിളിപ്പിച്ച് ഒരു ലക്കോട്ട് കൊടുത്തുകൊണ്ടു പറഞ്ഞു.

'ആരേ കാണിക്കര്ത്. ആര് ചോദിച്ചാലും കൊടുക്കരുത്. നല്ലോണം സൂചിച്ച് വെച്ചോണം.'

ചോയി നല്കിയ ലക്കോട്ടിലെന്താണ് എന്ന അന്വേഷണമായി നോവൽ വികസിക്കുകയാണ്. ചോയിയുടെ ഗ്രാമത്തിലുള്ളവർ ഈ അന്വേഷണത്തിന്റെ ഭാഗമായി മാറുന്നു. താൻ മരിച്ചാലേ ലക്കോട്ട് പൊട്ടിക്കാവൂ എന്നായിരുന്നു ചോയിയുടെ കല്പന. താൻ രക്തസാക്ഷിയായാൽ പോലും അങ്ങനെ ചെയ്യൂ എന്നായിരുന്നു മാധവന്റെ തീരുമാനം. ഈ മയ്യഴിക്കഥയിൽ നാട്ടുനന്മയും നിഷ്കളങ്കരായ കഥാപാത്രങ്ങളുമെല്ലാം ചേർന്നുനില്ക്കുന്നു. ഗ്രാമീണതയുടെ നിർമ്മലതയിൽനിന്നാണ് കഥ തുടങ്ങുന്നതും വികസിക്കുന്നതും.

എം മുകുന്ദൻ ഗ്രാമീണതയ്ക്കൊപ്പം സഞ്ചരിക്കുകയും ജീവിക്കുകയും ചെയ്യുന്ന എഴുത്തുകാരനാണ്. നഗരകേന്ദ്രിതമായ പ്രമേയങ്ങൾക്ക് പ്രാധാന്യം നല്കുമ്പോഴും ഗ്രാമത്തിന്റെ കുളിർമയും നനവുമാണ് അദ്ദേഹത്തിന്റെ രചനകളെ കൂടുതൽ ആർദ്രമാക്കുന്നത്. കുട നന്നാക്കുന്ന

ചോയി എന്ന പേരിൽ തന്നെ ഗ്രാമീണമായ ഒരനുഭവമുണ്ട്. ഗ്രാമങ്ങളിൽ മാത്രമേ ഇങ്ങനെയൊരാളെ കാണാൻ കഴിയും. മഴയിലും വെയിലിലും അയാൾ നമ്മുടെ സഹായിയായി ഒരു മൂലയിൽ ഉണ്ടാകും. മയ്യഴിയുടെ പൊതുനിരത്തിനരികിൽ ഇങ്ങനെയൊരാൾ ജീവിച്ചിരുന്നു എന്നതിന്റെ അടയാളപ്പെടുത്തൽ കൂടിയാണ് ഈ നോവൽ. ഒരേ മുറിയിൽ ചാണകമെഴുതിയ നിലത്ത് പായ വിരിച്ച് കിടക്കുന്ന സഹോദരങ്ങൾ, വീടിന്റെ തളത്തിലെ മണ്ണെണ്ണവിളക്ക് ഊതിക്കെടുത്തിയാൽ ഇരുട്ടിലാകുന്ന വീടുകൾ, അര റാത്തൽ വെല്ലവും രണ്ടിടങ്ങഴി അരിയും വാങ്ങിവരാൻ പീടികയിൽ പോകുന്നവർ, ഒയലച്ചുമുട്ടായി നുണഞ്ഞ് സ്കൂളിലേക്ക് പോകുന്ന കുട്ടികൾ ഇവരെല്ലാം ഇവിടെയുണ്ട്. മതത്തെക്കുറിച്ചും ജാതിയെക്കുറിച്ചും നാട്ടുകാർ അധികമൊന്നും ചിന്തിക്കാറില്ല. കാറ്റിനും മഴയ്ക്കും വെയിലിനും ജാതിയും മതവുമില്ലല്ലോ. കാപ്പിക്കാരൻ കേളുവിന്റെ പീടികയിൽ ഒരണകൊടുത്താൽ ഒന്നാന്തരം വെല്ലച്ചായയും മഞ്ഞളിട്ട് വെളിച്ചെണ്ണയിൽ വേവിച്ച കായ്മുളകും കടുകും വറുത്തിട്ട കിഴങ്ങുപുഴുക്കും കിട്ടും. എന്നാൽ അതിനുവേണ്ടി മാത്രമല്ല, നാട്ടുവിശേഷങ്ങൾ കൈമാറാനുമാണ് നാട്ടുകാർ അവിടെ ചെന്നിരിക്കുന്നത്. ഇങ്ങനെ തനി നാട്ടുരീതിയിലാണ് നോവൽപ്രമേയം പോകുന്നത്.

കൊപ്പരക്കാരന്റവ്ട കുഞ്ഞമ്പു, കക്കുയിൽ തോലൻ, മുച്ചിറിയൻ കോരൻ, പത്രാസുകാരൻ പത്രോസ്, നൂറ്കുമാരൻ, തായ്ക്കണ്ടികണ്ണൻ, സഹായി ഗോപാലൻ, മാധവി അമ്മായി, വളവിൽ ആന്റണി, വിദ്വാൻ കുഞ്ഞിരാമൻ മാഷ്, കേളൻ മേസ്ത്രി, മന്തുകാലൻ ഫെർണാണ്ടസ്, ചപ്പില, വനജ, കമല, അന്തോണിസായ്വ് മാഷ് എന്നിങ്ങനെ വിചിത്രവും സാധാരണവുമായ ധാരാളം പേർ നോവലിനെ ഉദാത്തമാക്കുന്നു. ഇവരിൽ പലരും നിഷ്കളങ്കരും ഗ്രാമീണതയുടെ നിറവും മണവുമുള്ളവരുമായിരുന്നു. തനി ഉൾനാടൻ ഗ്രാമങ്ങളിൽ മാത്രമാണ് ഇത്തരം പേരുകാരെ കാണാൻ കഴിയൂ. തൊഴിലിനോട് ബന്ധപ്പെടുത്തിയോ ഇരട്ടപ്പേര് ചേർത്തോ ആണ് ഇവർ പലരും അറിയപ്പെടുന്നത്. വിചിത്രമായ സ്വഭാവമുള്ളവരുമുണ്ട്. നൂറ്കുമാരൻ പെണ്ണുങ്ങളെ നോക്കുന്നത് നൂറുജോഡി കണ്ണുകൾ കൊണ്ടാണെന്നാണ് ഗ്രാമവിശ്വാസം.

മയ്യഴിയുടെ രാഷ്ട്രീയം തായ്ക്കണ്ടി കണ്ണൻ എന്ന കഥാപാത്രത്തിലൂടെയാണ് മുകുന്ദൻ അവതരിപ്പിക്കുന്നത്. കണ്ണൻ ജനപ്രതിനിധിയാണ്. മയ്യഴിയിലെ ഏറ്റവും വലിയ വീട് അയാളുടേതായിരുന്നു. സന്ധ്യാനേരമായാൽ അയാൾ എണ്ണതേച്ച് വിശദമായി കുളിക്കും. കുളി കഴിഞ്ഞ് അയാൾ മുഖത്ത് അഫ്ഗാൻസ്നോ പുരട്ടി അതിനുമുകളിൽ കുട്ടിക്കുറ പൗഡറിടും. മുടി ടാറ്റാ ഹെയർ ഓയിൽ പുരട്ടി ചീകും. അണിഞ്ഞൊരുങ്ങിയ ജനപ്രതിനിധിയായിട്ടാണ് പ്രജകളെ കാണുന്നത്. കണ്ണനെ ജയിപ്പിക്കുന്നത് പൗരന്മാരല്ല. അഞ്ചിന്റെ നോട്ടുകളായിരുന്നു. അവിടുത്തെ രാഷ്ട്രീയം അങ്ങനെയായിരുന്നു. വോട്ട് വിലകൊടുത്ത് വാങ്ങി ജയിക്കുന്ന തന്ത്രമൊക്കെ അന്നേ നിലവിലുണ്ടായിരുന്നു. വോട്ടേഴ്സ് നേരിട്ട് ചെന്ന്

വോട്ടിന്റെ വില വാങ്ങുന്ന രീതിയുമുണ്ടായിരുന്നു. നൂറ്കുമാരൻ തെരഞ്ഞെടുപ്പിനുമുൻപ് ആവശ്യപ്പെടുന്നത് 'ഞമ്മള് നൂറാളാ' എന്നാണ്. അത്രയുംപേരുടെ പണമാണ് വോട്ടിനായി ആവശ്യപ്പെടുന്നത്. ജനാധിപത്യത്തിന് ഇപ്പോൾ സംഭവിച്ചുകൊണ്ടിരിക്കുന്ന പ്രശ്നങ്ങളൊക്കെ നോവലിൽ വരുന്നുണ്ട്. ജാതിക്കും മതത്തിനും മുൻപേ വോട്ടിന്റെ മുകളിൽ പണത്തിന് ഒരു കണ്ണുണ്ടായിരുന്നു. കൊടുക്കുന്ന പണത്തിന്റെ വിശ്വാസ്യതയെക്കുറിച്ചും മുകുന്ദന് സംശയമുണ്ടായിരുന്നു.

'പൊന്നിന്റെ കുടക്കുകളിട്ട ഷർട്ടിട്ട ജനപ്രതിനിധി തായക്കണ്ടി കണ്ണൻ അഞ്ചിന്റെ ഒരു പുത്തൻ നോട്ട് അയാളുടെ കൈയിൽ പിടിപ്പിച്ചു. ഇപ്പോൾ അച്ചടി മെഷീനിൽനിന്നും പുറത്തുവന്നതുപോലെ അതിൽ ഒരു ചുളിവുപോലും ഇല്ലായിരുന്നു. പുത്തൻനോട്ടിന്റെ മണവുമുണ്ടായിരുന്നു. രാഷ്ട്രീയക്കാർ തിരഞ്ഞെടുപ്പുകാലത്ത് പുറത്തിറക്കുന്ന പണം കള്ളപ്പണമാണോ എന്ന കാര്യത്തിൽ ചർച്ച നടക്കാറുണ്ട്. കള്ളപ്പണത്തിന്റെ ചാകര പലപ്പോഴും തിരഞ്ഞെടുപ്പ് കാലത്താണ് സംഭവിക്കുന്നത്. അനധികൃതമായ പണമാണ് തിരഞ്ഞെടുപ്പിനെ നിർണ്ണയിക്കുന്നത്. ഇന്ത്യയിൽ ചില നോട്ടുകൾ അസാധുവാക്കുകയും പണമിടപാടുകളിൽ നിയന്ത്രണം ഏർപ്പെടുത്തുകയും ചെയ്തപ്പോൾ വരാനിരിക്കുന്ന യു പി യിലെ തിരഞ്ഞെടുപ്പ് എല്ലാവരുടെയും മനസ്സിൽ വന്നു. വടക്കേ ഇന്ത്യയിലെ തിരഞ്ഞെടുപ്പിൽ ഒഴുകുന്ന കള്ളപ്പണത്തെ നിയന്ത്രിക്കുന്നതിനുവേണ്ടിയാണ് ഇത്തരം നിയമങ്ങൾ കൊണ്ടുവന്നതെന്ന് ചിലർ പറയുകയുണ്ടായി.

ലക്കോട്ടിലെന്താണെന്ന് ഒരു ജനപ്രതിനിധിയുടെ അധികാരത്തോടെ കണ്ണൻ ആരായുന്നുണ്ട്. പക്ഷേ, മാധവൻ ഒന്നും പറഞ്ഞില്ല. കണ്ണന്റെ വാക്കുകൾക്ക് വിലയില്ലാതായി മാറുന്നത് അപ്പോൾ മാത്രമാണ്. അന്നുമുതൽ കണ്ണനും അയാളുടെ സഹായി ഗോപാലനും മാധവനെ നോട്ടമിട്ടിരുന്നു. ഫ്രാൻസിൽനിന്നും കമ്പി വന്നപ്പോൾ അത് ആദ്യം വായിച്ചറിയാനുള്ള അധികാരവും കണ്ണനായിരുന്നു. തന്റെ വരുതിയിൽ മാധവൻ വരില്ലെന്ന് ഉറപ്പായപ്പോൾ കണ്ണൻ പൊലീസിനെ അയച്ച് മാധവന്റെ വീട് 'റെയ്ഡ്' ചെയ്യിക്കുന്നു. ജനപ്രതിനിധിയുടെ റോമർവാച്ച് മാധവൻ മോഷ്ടിച്ചു എന്നായിരുന്നു കേസ്. എന്നാൽ അങ്ങനെയൊരു സംഭവമില്ലായിരുന്നു. ചോയി നല്കിയ ലക്കോട്ടിലെന്താണെന്ന് കണ്ടുപിടിക്കാനുള്ള കണ്ണന്റെ തന്ത്രമായിരുന്നു അത്. രാഷ്ട്രീയക്കാർ പയറ്റുന്ന പണികളൊക്കെ കണ്ണനും പയറ്റുകയാണ്. തന്റെ നിയന്ത്രണത്തിൽ ഇല്ലാത്ത വ്യക്തികളെയും പ്രസ്ഥാനങ്ങളെയും തകർക്കാൻ ഭരണകൂടം പൊലീസിനെ ഉപയോഗിക്കുക പതിവാണ്. കള്ളക്കേസിൽ കുടുക്കി ഇരകളെ ഇല്ലായ്മ ചെയ്യുന്ന തന്ത്രമാണ് കണ്ണനും ലക്ഷ്യമിടുന്നത്. ഫ്രാൻസിൽനിന്നും ഡഗ്ലസ് വരുമ്പോഴും കണ്ണൻ ചില തന്ത്രങ്ങൾ പയറ്റുന്നു. മാധവന് ഒരു പുതിയ ലക്കോട്ടുമായിട്ടാണ് അയാൾ വരുന്നത്. ഡഗ്ലസിൽനിന്നും ലക്കോട്ട് കൈപ്പറ്റാൻ സഹായിവഴി കണ്ണൻ ശ്രമിക്കുന്നു. എന്നാൽ അയാൾ അത് കൊടുക്കാൻ തയ്യാറായില്ല. കണ്ണന്റെ പ്രമാണിത്തത്തെ

അയാൾ പുച്ഛത്തോടെ കാണുന്നു. മയ്യഴിയിലെ അടിമകളെപ്പോലെയല്ല അയാൾ. ഡഗ്ലസ് ലക്കോട്ട് മാധവനെ ഏല്പിച്ചപ്പോഴും അതിന്റെ ഉള്ളടക്കം കണ്ണന് അറിയാൻ കഴിഞ്ഞില്ല. അയാളുടെ അപ്രമാദിത്വം മാഞ്ഞുപോകുന്നതിന്റെ സൂചനയാണിത്. എന്നാൽ അതിനു പകരമായി വരുന്ന രാഷ്ട്രീയസൂചനകൾ നോവലിൽ അദൃശ്യമാണ്.

ഏറ്റവും സുരക്ഷിതമായ സ്ഥലം ഏത് എന്ന അന്വേഷണം ഈ നോവലിലുണ്ട്. ചോയി ഏല്പിച്ച ലക്കോട്ട് എവിടെയാണ് ഒളിപ്പിച്ചുവയ്ക്കേണ്ടത് എന്ന ചിന്ത മാധവനെ കുഴപ്പത്തിലാക്കുന്നു. സക്കറിയയുടെ 'ആർക്കറിയാം' എന്ന കഥയിലും ഇങ്ങനെ ഒരു വിചാരമുണ്ട്. ഹെറോദോസിന്റെ പട്ടാളക്കാരിൽനിന്നും തന്റെ ഇളംകുഞ്ഞിനെ രക്ഷപ്പെടുത്താനുള്ള ഉപായം മറിയം അന്വേഷിക്കുന്നു. കഥയിൽ മറിയം എത്തിച്ചേരുന്നത് ഒരു വേശ്യാലയത്തിലാണ്. രണ്ട് വയസ്സിനുതാഴെയുള്ള കുഞ്ഞുങ്ങളെത്തേടി പട്ടാളക്കാർ അവിടെ എത്തുകയില്ലെന്നും അഥവാ അങ്ങനെ വന്നാൽ അവർ അവിടെയുള്ള ഇളം കുഞ്ഞിനെ ക്രിസ്തുവായി കരുതില്ലെന്നും മറിയത്തിന് അറിയാമായിരുന്നു. കുഞ്ഞിനെ സംരക്ഷിക്കാനുള്ള ഏറ്റവും സുരക്ഷിതമായ ഇടം വേശ്യാസ്ത്രീയുടെ വീടായിരുന്നു. മാധവൻ ലക്കോട്ട് പല സ്ഥലങ്ങളിലായി ഒളിപ്പിക്കുന്നു. പക്ഷേ, അവയൊക്കെ മാധവന് സുരക്ഷിത കേന്ദ്രമല്ലായിരുന്നു. അങ്ങനെയാണ് മാധവൻ മാധവി അമ്മായിയുടെ വീട്ടിലെത്തുന്നത്. നാട്ടിലുള്ളവർക്ക് അവർ അത്ര നല്ല സ്ത്രീയല്ല. പുരുഷന്മാരെ വശീകരിക്കുന്ന സുന്ദരിയായിരുന്നു മാധവി. മാധവനെ വശീകരിച്ച് വീട്ടിലെത്തിച്ച് മാധവി ലക്കോട്ടിന്റെ രഹസ്യം അറിയാൻ ശ്രമിക്കുന്നുണ്ട്. മാധവൻ ഒന്നിനും വഴങ്ങുന്നില്ല. പക്ഷേ, ലക്കോട്ട് മാധവിയുടെ ഇരുമ്പ് പെട്ടിയിലാണ് അവൻ ഒളിപ്പിച്ചുവയ്ച്ചത്. പൊതുജനങ്ങളെല്ലാം അന്വേഷിക്കുന്ന ഒരു രഹസ്യത്തിന്റെ സുരക്ഷിതമായ സ്ഥലം മാധവിയുടെ വീടാണെന്ന് അവൻ കരുതി. മാധവിഅമ്മായിക്ക് എല്ലാവരും തുല്യരായിരുന്നു. മതവും നിറവും നോക്കാതെ മനുഷ്യരെയും ദൈവത്തെയും അവർ സ്വീകരിച്ചു. അവരുടെ വീടിന്റെ ചുമര് ഇതിന് തെളിവാണ്. ചുമർ നിറയെ കലണ്ടറുകളാണ്. ഏറെയും ദൈവങ്ങളുടെ ചിത്രങ്ങൾ. ശ്രീകൃഷ്ണഭഗവാനും പളനി സുബ്രഹ്മണ്യസ്വാമിയും കോച്ച്യാടൻ കോറോത്ത് ശാസ്തപ്പനും പറശ്ശിനിമടപ്പുര മുത്തപ്പനും ചെറിയത്ത് മണ്ടോളയിലെ കരിങ്കുട്ടിച്ചാത്തനുമൊക്കെ അവിടെയുണ്ടായിരുന്നു. മാധവിഅമ്മയുടെ വീടിനുള്ളിലെ അലങ്കാരങ്ങളും ദൈവങ്ങളും നോവലിലെ വരാനിരിക്കുന്ന രാഷ്ട്രീയത്തിന്റെ സൂചനകളായി മാറുന്നുണ്ട്.

പ്രവാസത്തിനു കാരണമായി പല കാര്യങ്ങളും പറയാറുണ്ട്. അതിൽ ഏറ്റവും പ്രധാനപ്പെട്ടത് ദാരിദ്ര്യമാണ്. ചോയിയുടെ പ്രവാസം അങ്ങനെ വരുന്നതാണ്. അമ്പൂട്ടി പലപ്പോഴും തന്റെ ദാരിദ്ര്യത്തെക്കുറിച്ച് ചോയിയോട് പറയാറുണ്ട്. കുട നന്നാക്കുന്ന വരുമാനംകൊണ്ട് വീട് നോക്കാൻ കഴിയില്ലെന്നാണ് അമ്പൂട്ടിയുടെ അഭിപ്രായം. മംഗലം കഴിച്ച് അയക്കാൻ കമല വളർന്നുവരുകയും ചെയ്യുന്നു.

“എടാ ഇനിക്ക് എങ്ങോട്ടെങ്കിലും പോകരുതോ? ബോംബേലോ, മദിരാശീലോ എങ്ങോട്ടെങ്കിലും നാല് മുക്കാല് സമ്പാദിക്കണേങ്കില് നാട് വിടണം. മയക്കാലത്ത് കൊട നന്നാക്കീട്ട് എന്ത് കിട്ടാനാ ഇനിക്ക്. അതോണ്ട് എങ്ങനെ ജീവിക്കാനാ ഇഞ്ഞി. അഞ്ചാറ്കൊല്ലം കയിഞ്ഞാല് ഇനിയും വേണ്ടേ ഒരു മംഗലം. കൊടനന്നാക്ക്ന്ന് ഇനിക്ക് ആര് പെണ്ണ് തരാനാ.”

പെങ്ങളുടെയും തന്റെയും മംഗലത്തിനുവേണ്ടിയാണ് ചോയി പ്രവാസത്തിനൊരുങ്ങുന്നത്. *ബാല്യകാല സഖി*യിലെ മജീദും പ്രവാസിയാകുന്നത് ഇതുപോലൊരു സാഹചര്യത്തിലാണ്. ഫ്രാൻസിലെത്തുന്ന ചോയിക്ക് പണികിട്ടാൻ കുറെ ദിവസമെടുത്തു. പട്ടാളത്തിൽ പിന്നീടാണ് ചേരുന്നത്. പ്രവാസികൾ സമ്പന്നരാണെന്ന പൊതുസംസാരം ഇവിടെ പൊളിയുന്നുണ്ട്. ട്രെയിനിങ് കഴിഞ്ഞ് ചോയി അൾജീരിയയിലേക്ക് പോയി. അതിനുശേഷമാണ് ജിബൂത്തിലേക്ക് പോകുന്നത്. ആഭ്യന്തര കലാപമുള്ള നാടാണിത്. വെഷംപുരട്ടിയ അമ്പ് എയ്യുന്ന കാട്ടുജാതിക്കാരുടെ നാട്. ഫ്രഞ്ചുകാർ ജിബൂത്ത് വിട്ട് പോകണമെന്നാണ് അവരുടെ ആവശ്യം. ആഫ്രിക്കയിൽ സോമാലിയയ്ക്കും അടുത്ത നാടാണിത്. ബിയർ കുടിച്ച് കുപ്പി താഴെ വച്ചാൽ നിമിഷങ്ങൾക്കകം ചൂട് കാരണം കുപ്പി വളഞ്ഞുപോകും. ചൂട് അസ്സഹനീയമാകുമ്പോൾ ജലാശയങ്ങളിൽ മുങ്ങിക്കുളിക്കുന്നതുപോലെ ഭാവന ചെയ്യണം. ചോയിയുടെ പ്രവാസകാലം ഇങ്ങനെയായിരുന്നു. മരണം കൺമുന്നിൽ നില്ക്കുന്ന ഒരു പ്രവാസജീവിതമാണ് ചോയിക്കുള്ളത്. പൊതുവഴിയിലൊരിടത്ത് നാട്ടുകാർക്കൊപ്പം കൊച്ചുവർത്തമാനം പറഞ്ഞ് അവരുടെ പൊട്ടിയ കുടകൾ മഴയത്തും വെയിലത്തും നന്നാക്കിക്കൊടുക്കുന്ന ചോയിയുടെ ജിബൂത്തിലെ ജീവിതം കടുപ്പമേറിയതായിരുന്നു. പ്രവാസജീവിതത്തിന് ചോയിയെ പ്രേരിപ്പിക്കുന്ന അന്തോണി സായ്‌വ് മാഷും ഒരർത്ഥത്തിൽ പ്രവാസിയായിരുന്നു. സ്വന്തം നാട്ടിലേക്ക് അപൂർവ്വമായി മാത്രമാണ് സായ്‌വ് പോയിരുന്നത്.

ആനിമദാമ്മ ഫ്രാൻസിലേക്ക് പോയശേഷം പാചകം ചെയ്തും മരങ്ങളെയും ചെടികളെയും ശുശ്രൂഷിച്ചും നാട്ടുകാരുടെ കാര്യങ്ങൾ നോക്കിയുമാണ് സായ്‌വ് സമയം പിന്നിട്ടത്. രാവിലെ സഞ്ചിയുമെടുത്ത് മീൻചാപ്പയിൽ പോകും. സായ്‌വ്മാഷെ പോലുള്ള ഒരാൾ ചന്തയിൽ പോകുന്നത് നാട്ടുകാർക്ക് അത്ഭുതമാണ്. മീൻ വാങ്ങി അത് മുറിച്ച് വൃത്തിയാക്കി കൂട്ടാൻ വെക്കുകയും പൊരിക്കുകയും ചെയ്യും. വീട് തൂത്തുവാരി വൃത്തിയാക്കുകയും ചെടികൾക്ക് വെള്ളം കൊടുക്കുകയും ചെയ്യും. വർഷത്തിലൊരിക്കൽ അയാൾ ഫ്രാൻസിൽ പോയി ഭാര്യയെയും മക്കളെയും കാണും. തിരിച്ചുവരുമ്പോൾ ‘അയാളുടെ മുഖവും കൈകളും പാലുപോലെ വെളുത്തിരിക്കും. മൂക്കും ചെക്കിപ്പൂപോലെ ചുമന്നിരിക്കും. പുതിയ കാൽശരായിയും തൊപ്പിയും ധരിച്ചിരിക്കും. കാലിൽ തവളക്കരച്ചിൽ കരയുന്ന ഷൂസുണ്ടാവും. കീശ നിറയെ പൈസയുമുണ്ടാകും. ‘തിയ്യനായാലെന്ത് സായിവായാലെന്ത്, മ്മള് മനിശനായാല് മതി’ എന്നാണ്

സായ്‌വ്‌ന്റെ മുദ്രാവാക്യം. നാട്ടുകാർ ചോയിയെക്കുറിച്ച് അന്വേഷിക്കുന്നത് സായ്‌വിനോടാണ്. സായ്‌വിന്റെ മക്കളാണ് മാധവനെ സഹായിക്കുന്നത്. അവരുടെ അടുക്കളയിൽ മാധവൻ പണിക്കാരനായി. പിന്നീട് അവരുടെ മകൻ മാധവനെ ഒരു പട്ടാളക്യാമ്പിൽ കൊണ്ടെത്തിച്ചു. അങ്ങനെയാണ് കുട നന്നാക്കുന്ന ചോയി, പട്ടാളക്കാരൻ ചോയിയായി മാറുന്നത്. മയ്യഴിക്കാർക്ക് ഫ്രാൻസിനെക്കുറിച്ച് വിവരങ്ങൾ നല്കുന്നത് സായ്‌വാണ്. നാട്ടുകാരോടും നാടിനോടും അയാൾക്ക് ഏറെ ഇഷ്ടമായിരുന്നു. ഇവിടുത്തെ അന്തരീക്ഷത്തിൽ ലയിച്ചുകിടക്കാനായിരുന്നു അയാൾക്കിഷ്ടം. കൂടുതൽ പണംനേടാൻ ഫ്രാൻസിലേക്ക് പോകണമെന്ന് അയാൾക്കറിയാമായിരുന്നു. എന്നാൽ ഉള്ള പണം കൊണ്ട് വെറും സാധാരണക്കാരനെപ്പോലെ അയാൾ ജീവിച്ചു. ചോയിയുടെ ദാരിദ്ര്യം മനസ്സിലാക്കുന്ന സായ്‌വ് അയാളെ ഫ്രാൻസിലേക്ക് കപ്പൽ കയറാൻ പ്രേരിപ്പിക്കുകയും ചെയ്തു. സായ്‌വ് നല്ലവനും പരോപകാരിയുമായിരുന്നു. എന്നാൽ മയ്യഴിയിൽ പുതിയതായി വരുന്ന രാഷ്ട്രീയ സൂചനകൾ മനസ്സിലാക്കിയെടുക്കുന്നതിൽ അയാൾ പരാജയപ്പെട്ടു.

നോവലിലെ പ്രമേയം ചുറ്റിത്തിരിയുന്നത് മാധവനിലാണ്. എല്ലാ ചോദ്യങ്ങളും അയാളിൽ വന്നുനില്ക്കുന്നു. മയ്യഴിക്കാർക്ക് ഒരു ചോദ്യം മാത്രം. 'ലക്കോട്ടിലെന്താണ്.' എന്നാൽ ഉത്തരം പറയാൻ മാധവന് കഴിഞ്ഞതുമില്ല. രണ്ട് രഹസ്യങ്ങളുടെ വെളിപ്പെടുത്തലാണ് ഈ നോവൽ. ലക്കോട്ടിലെ കത്തിന്റെ ഉള്ളടക്കവും മാധവന്റെ ഉള്ളിലെ രാഷ്ട്രീയവും. ചോയിയുടെ മരണശേഷം ലക്കോട്ടിനുള്ളിലെ കത്ത് പൊട്ടിച്ച് വായിക്കുമ്പോഴാണ് മാധവൻ മറ്റൊരാളായി മാറുന്നത്. ഓക്കുമരംകൊണ്ടുള്ള പെട്ടിയുമായി വിമാനമാർഗ്ഗവും തീവണ്ടിമാർഗ്ഗവും ചോയി മയ്യഴിയിലെത്തി. നാട്ടുകാരെല്ലാം ചോയിയെ കാണുന്നതിനെക്കാൾ തിടുക്കം കൂട്ടിയത് ലക്കോട്ടിലെ കത്തിലെ വിവരം അറിയാനായിരുന്നു. ആർപ്പുവിളിക്കുന്ന മയ്യഴിക്കാർക്കുമുന്നിൽനിന്നും കത്ത് എടുത്ത് ചോയി നിശ്ശബ്ദം വായിച്ചു.

'വയറ്റുപ്പിഴപ്പിനുവേണ്ടിയാണ് ഞാൻ കപ്പൽ കയറിപ്പോകുന്നത്. എന്റെ നാട് ഗാന്ധിജിയുടെ ഇന്ത്യയാണ്. ഞാൻ മരിച്ചുകഴിഞ്ഞാൽ എന്റെ മൃതദേഹം നമ്മുടെ ദേശീയ പതാകയിൽ പൊതിഞ്ഞ് ചിതയിലേക്ക് എടുക്കണം. അങ്ങനെ ചെയ്തില്ലെങ്കിൽ എന്റെ ആത്മാവിന് ഒരിക്കലും ശാന്തി ലഭിക്കില്ല.'

മാധവനെ ഏല്പിച്ച കത്തിന്റെ ശരിയായ രൂപം ഇങ്ങനെയായിരുന്നു. തന്റെ നാട് ഗാന്ധിജിയുടെ ഇന്ത്യ എന്നാണ് ചോയി വിശേഷിപ്പിച്ചത്. ഗാന്ധിജിയുടെ ഘാതകരുടെ രാഷ്ട്രീയത്തിന് പ്രാധാന്യം കൂടുന്നുണ്ടോ എന്ന ചിന്തയിൽ നിന്നായിരിക്കാം തന്റെ നാട് ഗാന്ധിജിയുടെ ഇന്ത്യയാണ് എന്ന് ചോയി ഉറപ്പിച്ചുപറയുന്നത്. മൃതദേഹത്തിൽ ദേശീയ പതാക പുതപ്പിക്കണമെന്ന് പറഞ്ഞുകൊണ്ട് യഥാർത്ഥ ദേശസ്നേഹം പ്രകടിപ്പിക്കുകയാണ് ചോയി. തന്റെ ചുറ്റുപാടും വളർന്നു പന്തലിക്കുന്ന പുതിയ രാഷ്ട്രീയത്തോടുള്ള എതിർപ്പായും കത്തിന്റെ ഉള്ളടക്കത്തെ കാണാം. എന്നാൽ മാധവൻ വായിച്ചത് ചോയി എഴുതിയതുപോലെയായിരുന്നി

ല്ല. മാധവന്റെ ഉള്ളിൽ നിശ്ശബ്ദമായി വളർന്നുവരുന്ന രാഷ്ട്രീയം കത്തിനെ തിരുത്തിവായിക്കാൻ പ്രേരിപ്പിച്ചു. മാധവന്റെ തിരുത്ത് ഇങ്ങനെ.

'വയറ്റുപ്പിഴപ്പിനുവേണ്ടിയാണ് ഞാൻ കപ്പൽ കയറിപ്പോകുന്നത്. എന്റെ നാട് ഭാരതമാണ്. ഭാരതദേശത്തിന്റെ സംസ്കാരത്തിലും പാരമ്പ ര്യങ്ങളിലും ഞാൻ അഭിമാനം കൊള്ളുന്നു. ഞാൻ മരിച്ചുകഴിഞ്ഞാൽ എന്റെ മൃതദേഹം കാവിയിൽ പൊതിഞ്ഞ് ചിതയിലേക്കെടുക്കണം. അങ്ങനെ ചെയ്തില്ലെങ്കിൽ എന്റെ ആത്മാവിന് ഒരിക്കലും ശാന്തി ലഭി ക്കില്ല.'

കത്തിന്റെ ശരിയായ രൂപം ഇതാണെന്നാണ് ജനങ്ങൾ കരുതുന്നത്. മാധവൻ വരുത്തിയ തിരുത്ത് ആർക്കും മനസ്സിലായില്ല. ബ്രണ്ണൻ കോളേ ജിൽ ബി എയ്ക്ക് പഠിക്കുന്ന മാധവൻ ജനങ്ങൾക്ക് ലഭിക്കേണ്ട യഥാർത്ഥ വിവരം മറച്ചുവയ്ക്കുകയായിരുന്നു. വായനശാലയിൽ പോയിരുന്ന മാധവൻ പിന്നീട് അമ്പലത്തിൽ പോകുന്ന വിവരം നോവലിസ്റ്റ് എഴുതു ന്നുണ്ട്. ചോയിയുടെ പെങ്ങൾ കമലയ്ക്കൊപ്പമാണ് മാധവൻ ആദ്യമായി അമ്പലത്തിലേക്ക് പോകുന്നത്. 'അമ്പലത്തില് പോകുന്നത് നല്ലതാ. മന സ്സിന് സുഖം കിട്ടും' എന്നാണ് കമലയുടെ അഭിപ്രായം. ചന്ദനക്കുറി തൊടുമ്പോൾ മാധവന് 'നെറ്റിയിൽനിന്നും നെഞ്ചിലേക്ക് ഒരു കുളിർമ്മ ഇറങ്ങിവരുന്നതായി തോന്നി. മാധവിഅമ്മായിയുടെ വീട്ടിൽനിന്നും കത്ത് എടുക്കാൻപോകുമ്പോഴും മാധവൻ ക്ഷേത്രമുന്നിലെത്തി ഭഗവാനെ തൊഴുന്നുണ്ട്. ഇക്കാലമത്രയും ലക്കോട്ട് സൂക്ഷിക്കാൻ കഴിഞ്ഞത് ഭഗ വാന്റെ അനുഗ്രഹം മൂലമാണെന്നാണ് മാധവൻ വിശ്വസിക്കുന്നത്. വ്യക്തി യുടെ നിശ്ചദാർഢ്യത്തെക്കാൾ ഭഗവാന്റെ അനുഗ്രഹമാണ് മാധവനിൽ നിറയുന്നത്. ദൈവങ്ങളുടെ കാരുണ്യമാണ് എല്ലാറ്റിനും കാരണമെന്നാണ് മാധവൻ കരുതുന്നത്. അമ്പലം അയാളെ മറ്റൊരാളാക്കി മാറ്റി. അങ്ങനെ മാറാനുള്ള ഭൗതികസാഹചര്യം കേരളത്തിൽ നിശ്ശബ്ദമായി വരുന്നുണ്ട്.

ഇന്ത്യ ഭാരതമാകുന്നതും ദേശീയപതാകയ്ക്കുപകരം കാവിപതാക സ്വീകാര്യമാകുന്നതും പുതിയ രാഷ്ട്രീയമാണ്. സമകാല ഇൻഡ്യൻ രാഷ്ട്രീയത്തിൽ സംഘപരിവാറിന്റെ ഇടപെടലുകൾ ഇങ്ങനെയും ഉണ്ടാ കാറുണ്ട്. അതുകൊണ്ടാണ് പുതിയകാലത്തോടുള്ള പ്രതിഷേധമാണ് തന്റെ രചനയെന്ന് മുകുന്ദൻ പറയുന്നത്. ദേശീയ പതാകയെയും കാവി പതാകയെയും ആവശ്യാനുസരണം രാഷ്ട്രീയത്തിനായി ഉപയോഗിക്കു കയാണ്. ദേശീയ പതാകയെ രാഷ്ട്രീയത്തിനായി ഉപയോഗിക്കുന്നത് ശരി യല്ല. യു പി യിലെ ദാദ്രിയിൽ പശുവിനെ കൊലപ്പെടുത്തിയെന്നാരോ പിച്ച് മദ്ധ്യവയസ്കനായ മുഹമ്മദ് അഖ്തകിനെ കൊലപ്പെടുത്തിയ കേസിലെ പ്രതി രവി സിസോദിയ ജയിലിൽ പനിപിടിച്ചു മരിക്കുകയു ണ്ടായി. മൃതദേഹം ഗ്രാമത്തിലെത്തിച്ചപ്പോൾ സംഘപരിവാർ അനുഭാ വികൾ മൃതദേഹത്തിൽ ദേശീയ പതാക പുതപ്പിച്ചു. കൊലക്കേസ് പ്രതിയെ ദേശീയപതാക പുതപ്പിച്ച് രാഷ്ട്രീയലാഭം നേടുകയായിരുന്നു സംഘപരിവാർ. നോവലിൽ തങ്ങളുടെ രാഷ്ട്രീയ വളർച്ചയ്ക്ക് പ്രവാസി

യായ പട്ടാളക്കാരെ കാവി പതാക പുതപ്പിച്ചു. ഇങ്ങനെ തരംപോലെ രാഷ്ട്രീയലാഭത്തിനുവേണ്ടി ദേശസ്നേഹത്തെ ഉപയോഗപ്പെടുത്തുകയാണ്. ഇതിനെതിരെയാണ് മുകുന്ദന്റെ രചന വരുന്നത്. തിരുത്തി വായിക്കുന്ന കത്തിന്റെ ഉള്ളടക്കം വ്യാപകമായി പ്രചരിക്കുന്നുണ്ട്. അതിന്റെ ഫലമായി മയ്യഴിയിൽ പുതിയ രാഷ്ട്രീയ സാന്നിദ്ധ്യം ഉണ്ടായി.

വൈകാതെ ഒരു കാളവണ്ടി നിറയെ സന്ന്യാസികൾ അവിടെ വന്നിറങ്ങി. തെക്കുനിന്നുള്ള ആവിവണ്ടിയിൽ ചന്ദനക്കുറിതൊട്ട കുറെ യുവാക്കളും വന്നു. നാട്ടുകാർക്ക് പരിചയമില്ലാത്ത ചിലർ ഓക്കുമരം കൊണ്ടുള്ള ശവപ്പെട്ടിക്കുമുകളിൽ ഒരു കാവി പതാക വിരിച്ചു. അപരിചിതരുടെ ഒരു ആൾക്കൂട്ടം കാവിപുതച്ച ചോയിയെ ചുമന്നുകൊണ്ട് ശ്മശാനത്തിലേക്ക് നടന്നു. അല്പനേരത്തിനുശേഷം അവിടെനിന്ന് ഉയർന്ന പുകയ്ക്കും കാവിനിറമായിരുന്നു.'

ചോയിയുടെ സംസ്കാരച്ചടങ്ങുകൾക്ക് നേതൃത്വം കൊടുത്തത് ചന്ദനക്കുറി തൊട്ട അപരിചിതരായിരുന്നു. നമ്മുടെ ഇടയിൽ ഇങ്ങനെ ധാരാളം പേർ വരുന്നുണ്ട്. നെറ്റിയിലെ പൊട്ടും കൈയിലെ കെട്ടും അവരുടെ രാഷ്ട്രീയ ചിഹ്നങ്ങളാണ്. നഗരങ്ങളിൽ മാത്രം കേന്ദ്രീകരിച്ചിരുന്നവർ ഉൾനാടൻ ഗ്രാമങ്ങളിലേക്കും ചേക്കേറുകയാണ്. ഒരു ചെറിയ രാഷ്ട്രീയ സാഹചര്യം രൂപപ്പെട്ടാൽപോലും അവിടേക്ക് അവർ പാഞ്ഞെത്തും. ഫാസിസ്റ്റുകളുടെ ചരിത്രം ഇതിന് തെളിവാണ്. അവർ ചരിത്രത്തെയും സംസ്കാരത്തെയും സാഹിത്യത്തെയും തിരുത്തിവായിക്കും. തങ്ങളുടെ നിലപാടുകൾക്ക് അനുയോജ്യമായ രീതിയിൽ പുനർവായനകളും തിരുത്തലുകളുമാണ് അവർ നടത്തുന്നത്. രാഷ്ട്രീയവും അധികാരവും ഫാസിസ്റ്റുകളുടെ വരുതിയിലാക്കുന്ന ഇന്ത്യൻ സാഹചര്യമാണ് നോവലിന്റെ അവസാനഭാഗത്ത് തെളിയുന്നത്. വളരെ ലളിതമായി പറഞ്ഞുവന്ന ഒരു കഥയിലേക്ക് ഇന്ത്യൻ രാഷ്ട്രീയം കടന്നുവരുകയാണ്. മലയാളത്തിലെ രാഷ്ട്രീയനോവലുകൾ രാഷ്ട്രീയസമരങ്ങളും പ്രത്യയശാസ്ത്ര ചർച്ചകളും നടത്തിക്കൊണ്ടാണ് പൂർണ്ണമാകുന്നത്. എന്നാൽ *കുട നന്നാക്കുന്ന ചോയി* ഒരു സംഘർഷത്തെയും ചിത്രീകരിക്കാതെ നമ്മുടെ ഇടയിൽ അദൃശ്യമായി വളർന്നുവരുന്ന സംഘപരിവാർ രാഷ്ട്രീയത്തെ വിദഗ്ദ്ധമായി അവതരിപ്പിക്കുന്നു. രാഷ്ട്രീയ നോവലുകളുടെ തെരഞ്ഞെടുപ്പിൽ *കുട നന്നാക്കുന്ന ചോയി* പ്രധാന സ്ഥാനത്താണ്. നിശ്ശബ്ദമായി കടന്നുവന്ന്, വളർന്ന് പന്തലിച്ച്, നമ്മുടെ സംസ്കാരത്തെയും പാരമ്പര്യത്തെയും മുച്ചൂടും ഇല്ലാതാക്കുന്ന സംഘപരിവാർ രാഷ്ട്രീയത്തിനെതിരെയുള്ള ശബ്ദമായ ആക്രമണമാണ് *കുട നന്നാക്കുന്ന ചോയി.*

ഭാവികാലത്തിന്റെ കുഞ്ഞുമനസ്സുകൾ

നമ്മുടെ സമൂഹം വ്യത്യസ്തമായ ചിന്തകൾ നിറഞ്ഞ കുട്ടികളുടെ സമൂഹമാണ്. ഓരോകാലത്തും അവരുടെ വിചാരങ്ങളും ചിന്തകളും വേറിട്ടതായിരുന്നു. പ്രതിരോധത്തിന്റെ ഒരു വലിയ സമരത്തിന് അവർ നേതൃത്വം കൊടുക്കുമ്പോഴും വിപത്തുകളുടെ വലിയ ആഴങ്ങളിലേക്ക് അവർ ഇറങ്ങിപ്പോകും. അതുകൊണ്ടാണ് ബോദ്രിയാറിനെപ്പോലുള്ള നിരൂപകർ കുട്ടികളെ ഓർത്ത് വേദനിക്കുന്നതായി അഭിപ്രായപ്പെട്ടത്. എല്ലാവർക്കും എളുപ്പത്തിൽ ഉപയോഗപ്പെടുത്താൻ കഴിയുന്നത് കുട്ടികളെ ആയിരിക്കും. പല സ്ഫോടനങ്ങളുടെയും പിന്നിൽ മറ്റുള്ളവരുടെ പ്രേരണയാൽ പ്രവർത്തിക്കുന്നത് കുട്ടികളാണ്. അവരെ എളുപ്പത്തിൽ വശീകരിക്കാനും കീഴ്പ്പെടുത്താനും കഴിയും. തീവ്രവാദപ്രവർത്തനങ്ങളെ പലപ്പോഴും സജീവമാക്കുന്നത് കുട്ടികളുടെ സാന്നിദ്ധ്യമാണ്. അവർ മുതിർന്നവരെ അപകടത്തിന്റെ ആഴം മനസ്സിലാക്കാതെ സഹായിക്കുന്നു. സൽമാൻ റുഷ്ദിയെപ്പോലുള്ള എഴുത്തുകാർ ഇതിനെക്കുറിച്ച് നിരന്തരം എഴുതിയിട്ടുണ്ട്. അപകടത്തിന്റെ കെണിയിലേക്ക് വളരെ എളുപ്പത്തിലാണ് അവർ നടന്നുനീങ്ങുന്നത്. അതേസമയം പ്രതിരോധത്തിന്റെ സമരരൂപങ്ങളിലെ വലിയ പങ്കാളിത്തവും കുട്ടികളുടേതായിരിക്കും. സാമ്രാജ്യത്വത്തിനെതിരെ ലോകത്ത് എവിടെയും ഉയരുന്ന മുദ്രാവാക്യങ്ങൾ ഭൂരിപക്ഷവും കുട്ടികളുടേതാണ്.

നവോത്ഥാന കഥകളുടെ തുടക്കം മുതലാണ് കുട്ടികൾ കഥയുടെ കേന്ദ്രത്തിലേക്ക് പ്രവേശിച്ച് തുടങ്ങിയത്. തകഴിയും ബഷീറും വർക്കിയും കുട്ടികളുടെ നന്മയും പുരോഗമനസ്വഭാവവും വളരെ തനിമയോടെ അടയാളപ്പെടുത്തിയിട്ടുണ്ട്. കാരൂരിന്റെ *ദൈവത്തിന്റെ കുപ്പായവും* ഉറൂബിന്റെ *വെളുത്ത കുട്ടയും* മലയാളമനസ്സിന് ഒരിക്കലും മറക്കാൻ കഴിയില്ല. ചരിത്രത്തിലേക്ക് സഞ്ചരിച്ച നവോത്ഥാനകഥകളുടെ കേന്ദ്രാശയം കുട്ടികളെ

സംബന്ധിക്കുന്നതായിരുന്നു. കേസരിയെപ്പോലുള്ള നിരൂപകർ ഇത് ശ്രദ്ധിച്ചിരുന്നു. നവോത്ഥാനകഥകളിലെ കുട്ടികൾ നന്മയും ആർദ്രതയുമാണ് പങ്കുവച്ചിരുന്നതെങ്കിൽ ആധുനിക കഥകളിലെ കുട്ടികൾ പ്രതിരോധത്തിലേക്ക് ഉയരുകയാണ്. മുകുന്ദന്റെ 'ഭാവി,' 'ഉണ്ണിക്കഥ,' 'നമ്മുടെ മക്കൾ' തുടങ്ങിയ കഥകൾ പ്രതിരോധത്തിന്റെ രചനകളായി മാറുന്നത് കാണാം.

ഈ കഥകളിലെ കുട്ടികൾ തിരിച്ചറിവിന്റെ പ്രകാശം ഉള്ളിൽ സൂക്ഷിക്കുന്നവരാണ്. ജീവിക്കുന്ന സമൂഹത്തിന്റെ തിന്മകളിലെ യാഥാർത്ഥ്യം അവർ മനഃപാഠമാക്കുന്നു. സ്വയം ഉയർത്തിയ ചോദ്യങ്ങളുടെ ലോകത്ത് അവർ പല തീരുമാനങ്ങളുമെടുക്കുന്നു. ചെളി പുരണ്ടതും മലിനീകരിക്കപ്പെട്ടതുമായ ജീവിതത്തിന്റെ ചുറ്റുവട്ടങ്ങളിൽനിന്നും അഭയത്തിന്റെ ഇടങ്ങളിലേക്ക് അവർ മാറുകയാണ്. സ്ത്രീധനം, പരിസ്ഥിതി, അധിനിവേശം തുടങ്ങിയ മൂന്ന് മേഖലകളിലേക്കാണ് ഈ കഥകൾ പാഞ്ഞുചെല്ലുന്നത്.

മലയാളിയുടെ കഥപറച്ചിലുകളിലെ പ്രധാനികൾ മുത്തശ്ശിയും ഉണ്ണിയുമാണ്. മരത്തണലിലും വെള്ളിവെളിച്ചത്തിലും മുത്തശ്ശി ചൊല്ലിക്കൊടുത്ത കഥയുടെ ഈണങ്ങൾ കേട്ടുപഠിച്ചുകൊണ്ടാണ് കുട്ടികൾ വളർന്നുവന്നത്. പില്ക്കാലത്ത് ഈ തുടർച്ചകളുടെ ഞരമ്പുകൾ വേരറ്റതായി. മുത്തശ്ശിക്കഥകളുടെ ലോകത്ത് കണ്ണുകളടച്ചും കണ്ണുതുറന്നും ശ്രദ്ധിച്ചിരുന്ന കുട്ടികളെ മുകുന്ദൻ 'ഉണ്ണിക്കഥ'യിലൂടെ തിരുത്തുന്നു. ഈ കഥയിൽ കഥ കേൾക്കുന്നത് മുത്തശ്ശിയാണ്. കഥ പറയുന്നത് ഉണ്ണിയും. ഇത് ഒരു തിരുത്താണ്. പുതിയ കാലത്തിന്റെ നെറികേടുകൾ മനസ്സിലാക്കുന്നത് കുട്ടികളാണ്. വിചാരരഹിതമായ സമൂഹത്തിന്റെ ചതിപ്രയോഗങ്ങൾ മുത്തശ്ശിക്ക് കുട്ടികൾ ചൊല്ലികൊടുക്കുകയാണ്. മുത്തശ്ശിയുടെ കഥകളുടെ കാലം കഴിഞ്ഞിരിക്കുന്നു. അവരുടെ കഥകളിലെ നന്മയുടെ ലോകം മാഞ്ഞുപോയിരിക്കുന്നു. കാരുണ്യം നഷ്ടമായ ലോകത്തെക്കുറിച്ച്, വെളിച്ചം നഷ്ടമാകുന്ന ഇടങ്ങളെക്കുറിച്ച് മുത്തശ്ശിമാരോട് കുട്ടികൾ സംസാരിക്കുകയാണ്.

കൊമ്പുകൾ നിറയെ പൂവുകളുള്ള, കട്ടികൂടിയ സുഗന്ധം പരത്തുന്ന ചെമ്പകമരത്തെ പൊളിച്ചുമാറ്റിപ്പണിയാൻ പരിഷ്കാരിയായ മേല്ക്കോരൻ എത്തുന്ന കഥയാണ് മുത്തശ്ശിയോട് ഉണ്ണി പറയുന്നത്.

"ഈ മരം നോക്ക്"

മേല്ക്കോരൻ പറഞ്ഞു.

"ഇതിന് പ്രായമായി. ചെമ്പകക്കാവമ്മയ്ക്ക് തണൽ കൊടുക്കാൻ ഇനി ഇതിനെക്കൊണ്ടാവില്ല. നമുക്ക് ഈ മരം പൊളിച്ചുമാറ്റിപ്പണിയാം."

"അതെങ്ങനെയാ മേൽക്കോരാ?"

"ഒരിക്കലും പ്രായാകാത്ത എലകള് കൊഴിയാത്ത ഒരു മരം ഞാനുണ്ടാക്കിത്തരാം."

അവസാനം പൂവുകളും ഇലകളുമില്ലാത്ത മരം ചെമ്പകമരത്തിനു പകരം വന്നു. കണ്ണാടികൊണ്ട് നിർമ്മിച്ച മരത്തിനു ചന്തമുണ്ടെങ്കിലും

അതിലെ പൂവുകൾക്ക് മണമില്ലായിരുന്നു. കൊമ്പുകളിൽ കണ്ണാടിക്കൂടുണ്ടെങ്കിലും അതിൽ വർണ്ണച്ചിറകുകളുള്ള കാരാടൻ ചാത്തന്മാർ ഉണ്ടായിരുന്നില്ല.

ഉണ്ണിയുടെ കഥ സമകാലിക സമൂഹത്തിന്റെ കഥയാണ്. രാജാക്കന്മാരെയും പ്രഭുക്കന്മാരെയും ഒഴിവാക്കിക്കൊണ്ടാണ് കുട്ടികൾ കഥ പറയുന്നത്. പുതിയ സമൂഹത്തിൽ പ്രഭുക്കന്മാരും രാജാക്കന്മാരും പരിഷ്കാരികളായി വേഷം മാറുന്നു. അവർ ജീവിത സൗകര്യങ്ങളുടെ വികാസത്തിനായി എല്ലാം പൊളിച്ചുമാറ്റുകയാണ്. പ്രകൃതിയുടെ ഹൃദയം പിളർന്നുകൊണ്ടാണ് വികസനം സാദ്ധ്യമാകുന്നത്. പ്രകൃതിയെ മറന്നുകൊണ്ടുള്ള നിർമ്മാണ പ്രവർത്തനങ്ങൾ ഭാവികാലത്തേക്കുള്ള വിനാശമാണ്. പക്ഷേ, നാം ആരും അത് തിരിച്ചറിയുന്നില്ല. ലളിതമെങ്കിലും ഭാവികാലത്തിന്റെ ദുരന്തവും വർത്തമാനകാലത്തിന്റെ ആസക്തിയും വളരെ കരുത്തോടെ 'ഉണ്ണിക്കഥ'യിൽ കടന്നുവരുന്നു.

എല്ലാം വാങ്ങുന്ന, എന്തും സ്വീകരിക്കുന്ന ഒരാൾക്കൂട്ടമായി മലയാളസമൂഹം മാറുകയാണ്. ഉല്പന്നങ്ങളുടെ അടിമയായി ജീവിക്കുക എന്നത് കേരളീയന്റെ വലിയ മുദ്രാവാക്യങ്ങളിലൊന്നായി മാറിയിരിക്കുന്നു. വിദേശഭാഷയും വേഷവും നമ്മൾ ആവോളം സ്വീകരിക്കുകയാണ്. മാതൃഭാഷയെക്കാൾ ബഹുമാനവും ആദരവും അന്യഭാഷയോട് പുലർത്തുന്ന വിധേയത്വമനോഭാവം മലയാളിയുടെ കൂടപ്പിറപ്പാണ്. മലയാളത്തെ രക്ഷപ്പെടുത്തുന്നതിനായി സംരക്ഷണസമിതികളും സെമിനാറുകളും സംഘടിപ്പിക്കേണ്ട തരത്തിൽ അന്യഭാഷാസ്നേഹം ജീവിതത്തെ സ്വാധീനിച്ചു. കേരളീയ വേഷം ചില ആഘോഷങ്ങളിൽ മാത്രം ഒതുങ്ങി. വേഷത്തിന്റെ രൂപമാറ്റത്തിലൂടെ നമ്മുടെ സ്വഭാവവും മാറിത്തുടങ്ങി. വിലകൂടിയ വസ്ത്രസ്ഥാപനങ്ങളിലെ പരസ്യം നിങ്ങളെ ഒരു പൂർണ്ണ മനുഷ്യനാക്കാം എന്നതാണ്. കേരളീയ വസ്ത്രം അപൂർണ്ണതയുടെ സൂചനയാണെന്നും വിദേശവേഷം പൂർണ്ണതയുടെ അടയാളമാണെന്നും ധാരണ പരക്കുന്നു. വിദേശനിർമ്മിത വസ്ത്രത്തെ ബഹിഷ്കരിച്ച പാരമ്പര്യമുള്ള ഒരു നാട് ഇന്ന് എല്ലാം മറക്കുകയാണ്. ഒന്നിനെയും പ്രതിരോധിക്കാതെ മൗനികളായി മലയാളികൾ മാറുന്നു. എന്നാൽ പ്രതിരോധത്തിന്റെ ചെറിയ ചില ശബ്ദങ്ങൾ ഉയർത്തിക്കൊണ്ട് കുട്ടികൾ മുന്നോട്ട് വരുന്നതായി കാണാം. ഇതിന്റെ ഉദാഹരണമായി സൂചിപ്പിക്കാവുന്ന രചനയാണ് 'നമ്മുടെ മക്കൾ.'

ഉണ്ണി എന്ന കുട്ടിയുടെ ഒരു വലിയ നിർബ്ബന്ധമാണ് കഥയുടെ കാതൽ. കല്യാണത്തിന് പോകാൻ ഉണ്ണിക്ക് ഒരു കുപ്പായമില്ല. ഭാര്യയുടെ പയാരം പറച്ചിലിനൊടുവിൽ കുപ്പായവുമായി കുഞ്ഞാപ്പു എത്തുന്നു.

ഇളം ചുവപ്പുനിറം. നെഞ്ചിൽ ചക്കപ്പല്ല് കാണിച്ച് ചിരിക്കുന്ന ഒരു സായ്പ് കുട്ടിയുടെ മുഖം. ഇംഗ്ലീഷിലെഴുതിയ ചില വാചകങ്ങളും. അത് വായിച്ച് മനസ്സിലാക്കാൻ മാത്രം പഠിപ്പ് ദെച്ചുവിന് ഇല്ലല്ലോ.

"ഫോറനാടീ"

കുഞ്ഞാപ്പു അഭിമാനപൂർവ്വം അറിയിച്ചു. അയാൾ കടലിനപ്പുറത്ത് ജോലി ചെയ്യുന്ന ചെറിയ മമ്മൂക്കാന്റെ വീട്ടിൽനിന്നും വാങ്ങിക്കൊണ്ടുവന്നതാണ്. എന്നാൽ ഉണ്ണിക്ക് ആ കുപ്പായം തീരെ പിടിച്ചില്ല. അവൻ അവരോട് പറഞ്ഞു.

"എനിക്ക് ന്റെ കുപ്പായം മതി"

പക്ഷേ, അതുൾക്കൊള്ളാൻ കുഞ്ഞാപ്പിനു കഴിഞ്ഞില്ല.

"കുപ്പായം മാറ്"

"ന്റെ കുപ്പായാ നല്ലത്..."

"അസത്തേ, ഇത് ഫോറനാ..."

ഉണ്ണി പിറകോട്ട് മാറി. ആലംബത്തിനായി ചുമരിൽ ചാരി നിന്നു. കുഞ്ഞാപ്പു അവന്റെ തിരുമ്പി പിഞ്ഞിയ ഷർട്ട് ഊരി മുറ്റത്തേക്ക് എറിഞ്ഞു. പക്ഷേ, അയാൾ എത്ര ശ്രമിച്ചിട്ടും ചെറിയ മമ്മൂക്കായുടെ പേരക്കിടാവിന്റെ കുപ്പായം ഇടുവാൻ അവൻ കൂട്ടാക്കിയില്ല. ഉടുതുണിയില്ലാതെ ചൂളി നില്ക്കുന്ന ഉണ്ണിയെ കുഞ്ഞാപ്പു ഇരുകൈയും ചേർത്ത് കോലായിലെ തൂണിന്മേൽ കെട്ടിയിട്ടു.

"അച്ഛാ കെട്ടഴിക്ക്"

"പുത്യ കുപ്പായം ഇടോ"

"ഇല്ല"

"ന്നാല് അവിടെ കിടക്ക്"

നമ്മുടെ മക്കൾ മാറി ചിന്തിക്കുന്നതായി കഥ വെളിപ്പെടുത്തുന്നു. ചെറിയ കുട്ടികളിലുണ്ടാകുന്ന പ്രതിരോധത്തിന്റെ ചിന്തകളെക്കുറിച്ച് ആന്റോണിയെ ഗ്രാംഷി എഴുതുന്നുണ്ട്. തന്റെ സംസ്കാരത്തെക്കുറിച്ചും രാഷ്ട്രീയത്തെക്കുറിച്ചും കുട്ടികൾ കൂടുതൽ ബോധവാന്മാരാണെന്ന് അദ്ദേഹം കണ്ടെത്തുന്നു. അതുകൊണ്ടാണ് മുതിർന്നവരെക്കാൾ കൂടുതൽ സൂക്ഷിക്കേണ്ടത് കുട്ടികളെയാണെന്ന് പറയുന്നത്. നമ്മുടെ മക്കൾ നമ്മുടെ ചിന്തയെ പിന്തുടരുന്നില്ല. അവർ നമ്മുടെ സംസ്കാരത്തെയും രാഷ്ട്രീയത്തെയും ഹൃദയംകൊണ്ട് സ്വീകരിച്ചിരിക്കുന്നു.

നമ്മുടെ സമൂഹത്തിൽ എന്നും ഒരു വലിയ പ്രശ്നമായി നിലനില്ക്കുന്നത് സ്ത്രീധനത്തെക്കുറിച്ചുള്ള വിഷയങ്ങളാണ്. മലയാളത്തിലെ ഉന്നതരായ എഴുത്തുകാരെല്ലാം ഇത്തരം വിഷയങ്ങളെ വളരെ ഗൗരവപൂർവ്വം കഥയിലേക്ക് പകർത്തിയിട്ടുണ്ട്. പക്ഷേ, അതിൽനിന്നും വളരെ വ്യത്യസ്തമായ ഒരു രചനയാണ് മുകുന്ദന്റെ 'ഭാവി.' രണ്ടു കുട്ടികളുടെ സൗഹൃദത്തിലൂടെയാണ് 'ഭാവി' വളരുന്നത്.

ശ്രീദേവി ഡൽഹിയിൽ ജനിച്ചുവളർന്ന ഒരു കുട്ടിയാണ്. അവളുടെ ഏറ്റവും അടുത്ത കൂട്ടുകാരിയാണ് പിങ്കി. ശ്രീദേവിയുമായുള്ള സംസാരത്തിൽനിന്നും പിങ്കിയുടെ സഹോദരൻ വിവാഹം കഴിച്ചുവെന്നും ഏട്ടത്തിയമ്മ വീട്ടിലുണ്ടെന്നും അവൾ സുന്ദരിയാണെന്നും മനസ്സിലാക്കാൻ കഴിയും.

"ഏട്ടത്തിയമ്മയ്ക്ക് എന്റെ അച്ഛനും അമ്മയും ഒരു സൈ്വരവും കൊടുക്കുന്നില്ല."

ഒരിക്കൽ പിങ്കി ശ്രീദേവിയോട് പറഞ്ഞിരുന്നു.

"ഏട്ടന് വീഡിയോ ക്യാമറ കൂടി മേടിക്കാനുള്ള പൈസ ഏട്ടത്തിയമ്മ കൊടുക്കണം എന്നാണ് അവർ പറയുന്നത്."

പിങ്കിയുടെ സംസാരത്തിലൂടെ ആ കുടുംബത്തിലെ വിഷയങ്ങൾ വായനക്കാരന് വളരെ എളുപ്പത്തിൽ മനസ്സിലാക്കാൻ കഴിയും. ജ്യേഷ്ഠത്തിയമ്മയെ നിരന്തരം വേദനിപ്പിക്കുന്ന തന്റെ അച്ഛനമ്മമാരോട് അവൾക്ക് അമർഷമുണ്ടായിരുന്നു. ഒരു കൊച്ചുകുട്ടിയായിരുന്നിട്ടുകൂടി വീട്ടിലെ കാര്യങ്ങളിൽ അവൾക്ക് അമിതമായ ശ്രദ്ധയുണ്ടായിരുന്നു. ഇങ്ങനെ ശ്രീദേവിയുടെയും പിങ്കിയുടെയും കഥ പറഞ്ഞുകൊണ്ട് മുകുന്ദൻ ഒരു വലിയ സാമൂഹിക പ്രശ്നത്തിലേക്ക് വായനക്കാരുടെ ശ്രദ്ധയെ ക്ഷണിക്കുകയാണ്.

പതിവുപോലെ ശ്രീദേവി ബസ് സ്റ്റോപ്പിലെത്തിയപ്പോൾ പിങ്കി ഇല്ലായിരുന്നു. ദൂരെ പിങ്കിയുടെ വീടിനുമുന്നിൽ ആളുകൾ നില്ക്കുന്നതായി അവൾക്ക് തോന്നി. ബസ് എത്തിയെങ്കിലും ശ്രീദേവി അതിൽ കയറിയില്ല. അവൾ സ്കൂൾ സഞ്ചിയുമായി നിരത്ത് മുറിച്ചുകടന്നു. പിങ്കിയുടെ വീടിനെ ലക്ഷ്യമാക്കി നടന്നു. നിരത്തിലും കടയുടെ അരികിലും നില്ക്കുന്ന ആൾക്കൂട്ടത്തിൽ ചിലരെ ശ്രീദേവിക്ക് പരിചയമുണ്ടായിരുന്നു. കൂട്ടുകാരിയുടെ വീട്ടിൽ എന്തോ അപകടം സംഭവിച്ചിട്ടുണ്ടെന്ന് അവിടെ കൂടിയിരിക്കുന്നവരുടെ മുഖഭാവത്തിൽനിന്നും അവൾക്ക് മനസ്സിലായി.

ആളുകൾ തമ്മിൽ സംസാരിക്കുന്നത് അവൾ ശ്രദ്ധിച്ചു.

"പൊലീസ് വരുന്നതുവരെ ആരും അകത്ത് കയറരുത്." ഒരു ചെറുപ്പക്കാരൻ പറഞ്ഞു.

"പൊലീസിന് ഇവിടെ എന്താ കാര്യം. സംഭവിച്ചത് സംഭവിച്ചു. ഇനി നാട്ടുനടപ്പനുസരിച്ച് വേണ്ടതു ചെയ്യുക."

"എന്നാലും ആ പെൺകുട്ടിയുടെ ഒരു തലവിധി. കല്യാണം കഴിഞ്ഞിട്ട് മൂന്നുമാസം തികഞ്ഞിട്ടില്ല."

അകത്ത് ജനലിൽ പിങ്കിയുടെ മുഖം കണ്ടപ്പോൾ ശ്രീദേവി അവളുടെ അരികിലെത്തി. പിങ്കിയുടെ അരികിൽ അവളുടെ ജ്യേഷ്ഠത്തിയമ്മയും ഉണ്ടായിരുന്നു. ജ്യേഷ്ഠത്തിയമ്മയുടെ മുടി കത്തിക്കരിഞ്ഞിരിക്കുന്നു. തലമാത്രം കാണാം. ദേഹത്തിന്റെ ബാക്കിഭാഗവും മുഖവും ഒരു വെളുത്ത ശീലകൊണ്ട് മൂടിയിരിക്കുന്നു.

"ബാന്റും മുട്ടി കുതിരപ്പുറത്ത് കയറി ചെന്ന് താലികെട്ടിക്കൊണ്ട് വന്നത് ഇതിനാണോ."

പുറത്തുനിന്ന ഒരു ചെറുപ്പക്കാരൻ ഉച്ചത്തിൽ പറഞ്ഞു.

അലങ്കാരവും ആർഭാടവും നിറഞ്ഞുകവിയുന്ന പല വിവാഹങ്ങളുടെയും അന്ത്യം ഇപ്രകാരമായിരിക്കും. കടം വാങ്ങിക്കൊടുത്ത സ്വർണ്ണം ശരീരം മുഴുവൻ ധരിച്ചുകൊണ്ട് വിവാഹപ്പന്തലിൽനിന്നും വരന്റെ വീട്ടി

ലേക്ക് പോകുന്ന മകൾ പിന്നീട് കത്തിക്കരിഞ്ഞ ശരീരവുമായി എത്തുന്ന കാഴ്ച കണ്ട് ഹൃദയം പൊട്ടി മരിക്കുന്ന മാതാപിതാക്കളുടെ നാടായിരിക്കുന്നു കേരളം. വാഹനാപകടത്തിന്റെയും സ്റ്റൗവിന്റെയും ഒരു മുഴം കയറിന്റെയും പാഞ്ഞുവരുന്ന തീവണ്ടിയുടെയും കുത്തിയൊഴുകുന്ന നദിയുടെയും രൂപത്തിൽ നമ്മുടെ സഹോദരിമാരെ മരണം സ്പർശിക്കുന്നു. പിങ്കിയുടെ ജ്യേഷ്ഠത്തിയമ്മയുടെ ആത്മഹത്യയിലൂടെ മുകുന്ദൻ കഥ അവസാനിപ്പിക്കുന്നില്ല. ആ മരണം ശ്രീദേവിയിൽ ഏല്പിച്ച ആഘാതം കൂടി മുകുന്ദൻ വെളിപ്പെടുത്തുന്നു.

"അങ്ങനെയിരിക്കെ ഒരുദിവസം ശ്രീദേവി അവളുടെ വെളുത്ത യൂണിഫോമിന്റെ പിറകിൽ നനഞ്ഞ കുങ്കുമപ്പൂവുമായി വീട്ടിൽ കയറി വന്നു. അവളുടെ കണ്ണുകളിലും കവിളുകളിലും കണ്ണീർ ഉണ്ടായിരുന്നു.

"കരയരുത്" അമ്മ പറഞ്ഞു.

"മോൾ വലുതായി. പെൺകുട്ടികൾ വലുതാകുമ്പോൾ ഇത് സാധാരണയല്ലേ."

അമ്മ ശ്രീദേവിയെ സാന്ത്വനപ്പെടുത്തി. പക്ഷേ, അവളുടെ കരച്ചിൽ തോർന്നില്ല. അവളുടെ കണ്ണുകളിൽ ഭയം ഉണ്ടായിരുന്നു. ശ്രീദേവിയുടെ ഭയത്തിന്റെ കാരണം അമ്മയ്ക്ക് മനസ്സിലായില്ല.

"എനിക്ക് എന്നും കുട്ടിയായിരുന്നാൽ മതി" ഉച്ചത്തിൽ കണ്ണീരോടെ അവൾ പറഞ്ഞു.

"എനിക്ക് ഒരിക്കലും വലുതാകണ്ട."

ശ്രീദേവി അവളുടെ ഭാവിയോർത്ത് വ്യാകുലപ്പെടുകയാണ്. വളർന്നു വലുതാകുമ്പോൾ പിങ്കിയുടെ ജ്യേഷ്ഠത്തിയുടെ അനുഭവം തനിക്കും സംഭവിക്കാമെന്ന് അവൾ ഭയപ്പെടുകയാണ്. അതുകൊണ്ടാണ് തനിക്ക് എന്നും കുട്ടിയായിരുന്നാൽ മതിയെന്ന് അവൾ പറയുന്നത്. ശ്രീദേവിയുടെ ആശങ്ക കേരളത്തിലെ ഓരോ കുട്ടിയുടെയും ആശങ്കയാണ്. സമൂഹം അവർക്ക് നല്കുന്ന പാഠമതാണ്. എന്നും കുട്ടിയായിരുന്നാൽ മതിയെന്ന ശ്രീദേവിയുടെ നിഷ്കളങ്കമായ തുറന്നുപറച്ചിൽ നമ്മെ എന്നും വേദനിപ്പിച്ചുകൊണ്ടിരിക്കും.

ഈ മൂന്ന് രചനകളിലൂടെ ഉന്നതമായ സാമൂഹിക വിമർശമാണ് മുകുന്ദൻ നടത്തുന്നത്. കുട്ടികളുടെ ബോധവും പ്രതിരോധവും ഈ കഥകളുടെ കേന്ദ്രാശയമായി നിലകൊള്ളുന്നു.